துளு நாட்டு வரலாறு

மயிலை சீனி. வேங்கடசாமி

நியூ செஞ்சுரி புக் ஹவுஸ் (பி) லிட்.,
41-பி, சிட்கோ இண்டஸ்டிரியல் எஸ்டேட்,
அம்பத்தூர், சென்னை- 600 050.
☎ : 044 - 26251968, 26258410, 48601884

Language: Tamil
Thulu Naattu Varalaaru
Author: **Mayilai Seeni. Venkatasamy**
N.C.B.H. First Edition: August, 2014
Second Edition: November, 2021
Copyright:Publisher
No. of pages: viii + 100 = 108
Publisher:
New Century Book House Pvt. Ltd.,
41-B, SIDCO Industrial Estate,
Ambattur, Chennai - 600 050.
Tamilnadu State, India.
email: info@ncbh.in
Online: www.ncbhpublisher.in

ISBN. 978 - 81 - 2342 - 689 - 1
Code No. A 3036
₹ 100/-

Branches
Ambattur (H.O.) 044 - 26359906 **Spenzer Plaza (Chennai)** 044-28490027
Trichy 0431-2700885 **Pudukkottai** 04322- 227773 **Thanjavur** 04362-231371
Tirunelveli 0462-4210990, 2323990 **Madurai** 0452 2344106, 4374106
Dindigul 0451-2432172 **Coimbatore** 0422-2380554 **Erode** 0424-2256667
Salem 0427-2450817 **Hosur** 04344-245726 **Krishnagiri** 0434-3234387
Ooty 0423 2441743 **Vellore** 0416-2234495 **Villupuram** 04146-227800
Pondicherry 0413-2280101 **Nagercoil** 04652-234990

துளு நாட்டு வரலாறு
ஆசிரியர்: மயிலை சீனி. வேங்கடசாமி
என்.சி.பி.எச். முதற் பதிப்பு: ஆகஸ்ட், 2014
இரண்டாம் பதிப்பு: நவம்பர், 2021

அச்சிட்டோர்: பாவை பிரிண்டர்ஸ் (பி) லிட்.,
16 (142), ஜானி ஜான் கான் சாலை, இராயப்பேட்டை, சென்னை - 14
☎: 044-28482441

All rights reserved. No part of this book may be reprinted or reproduced or utilised in any form or by any electronic, mechanical, or other means, now known or hereafter invented, including photocopying and recording, or in any information storage or retrieval system, without permission in writing from the publishers.

முகவுரை

துளு நாடு என்றும் கொங்கண நாடு என்றும் தமிழ்ச் சங்க காலத்துத் தமிழ் இலக்கியங்களில் கூறப்படுகிற நாடு, அக்காலத்தில் தமிழகத்தின் ஒரு பகுதியாக இணைந்திருந்தது. இன்றைய கேரள நாடாகிய பழைய சேர நாட்டுக்கு வடக்கே தென் கன்னட மாவட்டம் என்னும் பெயருடன் இருப்பதுதான் பழைய துளு நாடு. தமிழகத்தின் ஒரு பகுதியாக இருந்த பழைய சேர நாடு பிற்காலத்திலே மலையாள நாடாக மாறித் தனியாகப் பிரிந்து போய்விட்டது போலவே பழைய தமிழகத்துடன் இணைந்திருந்த துளு நாடும்; பிற்காலத்திலே பிரிந்து தனியாகப் போய்விட்டது. ஆனால், பழைய சங்கத் தமிழ் இலக்கியங்களில் துளு நாடு தமிழகத்துடன் கொண்டிருந்த உறவை நினைவூட்டிக் கொண்டிருக்கின்றன.

அகநானூறு, புறநானூறு, நற்றிணை நானூறு, குறுந்தொகை நானூறு, பதிற்றுப்பத்து, சிலப்பதிகாரம் முதலிய நூல்களிலே சில செய்யுட்களில் துளு நாட்டைப் பற்றிய செய்திகள் தற்செயலாகக் கூறப்படட்டுள்ளன. அச்செய்திகள் தற்செயலாகப் புலவர்களால் கூறப்பட்டவை. ஆகவே, அக்காலத்துத் துளு நாட்டின் முழு வரலாறு அச்செய்யுள்களில் கிடைக்கவில்லை. கிடைத்துள்ளவை வரலாற்றுத் துணுக்குகளேயாகும்.

சங்கச் செய்யுள்களிலே ஆங்காங்கே சிதறிக் கிடக்கிற அவ்வரலாற்றுத் துணுக்குகளையெல்லாம் ஒன்றாகத் திரட்டித் தொகுத்து முறையாக வகைப்படுத்தி எழுதப்பட்டதுதான் துளு நாட்டு வரலாறு என்னும் இச்சிறு நூல். இந்நூலுக்கு இது தவறான பெயர். சரியாகப்

பெயர் கூறவேண்டுமானால் சங்க காலத்துத் துளு நாடு அல்லது கி.பி. 2-ஆம் நூற்றாண்டுத் துளு நாடு என்று இதற்குப் பெயர் சூட்டப்படவேண்டும். ஏறத்தாழ கி.பி. 100 முதல் 150 ஆண்டுக்கு இடைப்பட்ட காலத்தில் இருந்த துளு நாட்டின் செய்தி இந்நூலில் கூறப்படுகின்றது. அக்காலத்துக்கு முற்பட்ட துளு நாட்டு வரலாறு கிடைக்கவில்லை.

அக்காலத்தில் துளு நாட்டையரசாண்ட அரசர்கள் கொங்கணாங்கிழார் என்றும் நன்னன் என்றும் பெயர் பெற்றிருந்தார்கள். அவர்கள், அக்காலத்தில் தமிழகத்தில் பல இடங்களில் இருந்த வேளிர் என்னும் குறுநில மன்னர்களைச் சேர்ந்தவர்கள். கொங்கணாங்கிழாராகிய நன்னர்கள், தங்களுடைய சிறிய துளு இராச்சியத்தைப் பெரிதாக விரிவுப்படுத்தக் கருதி, சேர நாட்டின் வடக்கிலிருந்த பூழி நாட்டையும், அதற்குக் கிழக்கில் இருந்த வட கொங்கு நாட்டையும் கைப்பற்றிக் கொண்டார்கள். ஆகவே, சேர அரசருக்கும் துளு நாட்டரசருக்கும் அரசியல் பகைமை ஏற்பட்டு அவ்விருவருக்கும் போர்கள் நிகழ்ந்தன. கடைசியில் சேர அரசர் துளு அரசர்களை வென்று தங்களுக்குக் கீழே அடக்கிவிட்டனர். இச்செய்திகள் இந்நூலில் கூறப்படுகின்றன. அக்காலத்துத் துளு நாட்டு மக்களின் சமூக வரலாறு, நாகரிகம், பண்பாடு முதலியவையெல்லாம் தமிழகத்துப் பண்பாட்டுடன் ஒத்திருந்ததாகத் தெரிகிறது. ஆனால் துளு நாட்டுப் பண்பாடு, நாகரிகங்களைப் பற்றிச் சங்க நூல்கள் தனியாக ஒன்றும் கூறவில்லை. ஆகவே, அச்செய்திகள் இந்நூலில் இடம்பெறவில்லை.

இந்நூலிலே சில செய்திகள் சிற்சில இடங்களில் மீண்டும் மீண்டும் கூறப்படுகின்றன. மேற்கோளுக்காகவும் அனுவாதத்தின் பொருட்டும் ஆராய்ச்சிக்குச் சான்று காட்டும் பொருட்டும் சில செய்திகள் மீண்டும் மீண்டும் கூறவேண்டுவது அவசியமாகவுள்ளன. இவற்றைக் கூறியது கூறல் என்னும் குற்றமாகக் கருதக்கூடாது.

தனி இலக்கிய நூல்களுக்கே கூறியது கூறல் என்னுங் குற்றம் பொருந்துமேயல்லாமல், சரித்திர ஆராய்ச்சி நூலாகிய இதைப் போன்ற

நூல்களுக்கு அக்குற்றத்தைச் சாற்றுவது கூடாது. வேண்டிய இடங்களில் கூறியதையே மீண்டும் மீண்டும் கூறாமல் போனால் தெளிவும் விளக்கமும் பெற முடியாதாகையால் அவ்வாறு கூறவேண்டுவது அவசியமாயிற்று.

- மயிலை சீனி. வேங்கடசாமி

பொருளடக்கம்

1. துளு நாடு — 3
2. நன்னர் வரலாறு — 17
3. நன்னர் காலம் — 38
4. நன்னரைப் பற்றிய செய்யுட்கள் — 44
5. துளு மொழியும் தமிழ் மொழியும் — 48
6. இணைப்பு — 58

துளு நாட்டு வரலாறு

1
துளு நாடு

பழைய பெயரும் புதிய பெயரும்

சங்க காலத்தில் துளு நாடு என்றும் கொங்கண நாடு என்றும் பெயர் பெற்றிருந்த நாடு இக்காலத்தில் தென் கன்னட மாவட்டம் என்று பெயர் பெற்றிருக்கிறது. வட கன்னடம், தென் கன்னடம் என்று பெயர் பெற்ற இரண்டு மாவட்டங்கள் பாரத நாட்டின் மேற்குக் கரையோரமாக இப்போது இருக்கின்றன. இவற்றில் வடகன்னட மாவட்டம், முன்பு பம்பாய் மாகாணம் என்று பெயர் பெற்றிருந்து இப்போது மகாராட்டிர தேசம் என்று பெயர் வழங்குகிற இராச்சியத்தில் இருக்கிறது. தென் கன்னட மாவட்டமானது, பழைய சென்னை மாகாணத்தோடு இணைந்திருந்தது. பாரத நாடு சுதந்திரம் பெற்ற பிறகு மைசூர் இராச்சியத்தோடு இணைக்கப்பட்டிருக்கிறது. இந்தத் தென் கன்னட மாவட்டந்தான் பழைய துளு நாடு. துளு நாட்டுக்குக் கொங்கண நாடு என்றும், கொண்கன நாடு என்றும், கொண் பெருங்கானம் என்றும் சங்க காலத்தில் பெயர் இருந்தது.

துளு நாடாகிய கொங்கண நாடு தென் கன்னட மாவட்டம் என்று பெயர் பெற்றது மிகச் சமீப காலத்தில்தான். ஆங்கிலேய கிழக்கிந்திய கம்பெனியார் தென் இந்தியாவில் வந்து வாணிகஞ் செய்துகொண்டே நாடு பிடித்த காலத்தில், துளு நாடாகிய கொங்கண நாடு கி.பி. 1799- ஆம் ஆண்டில் அவர்கள் ஆட்சிக்கு வந்தது. பிறகு அவர்கள் இந்த நாட்டுக்குத் தென்கன்னட மாவட்டம் என்று தவறான பெயர் கொடுத்து சென்னை மாகாணத்தின் ஒரு பிரிவாக இணைத்துவிட்டனர். எனவே, இதற்குத் தென் கன்னடம் என்னும் பெயர் மிகச் சமீப காலத்தில் தவறாக ஏற்பட்டதாகும். ஆனால், அதன் பழைய பெயர் துளு நாடு அல்லது கொங்கண நாடு என்பது.

கி.மு. மூன்றாம் நூற்றாண்டில் பாரத நாட்டையரசாண்ட அசோக சக்கரவர்த்தி தம்முடைய சாசனத்தில் கூறுகிற 'சத்திய புத்திர நாடு' என்பது துளு நாடே. இதைப் பற்றி வேறு கருத்துகளும் உண்டு (இணைப்பு 1 காண்க). கடைச்சங்க காலத்தின் இறுதியில் (கி.பி. 2 நூற்றாண்டு) இருந்த தாலமி (Ptolemy) என்னும் யவனர். துளு நாட்டில் டமிரிகெ (Darmirike) தொடங்கியது என்று கூறுகிறார். டமிரிகெ என்பது திராவிடகம் என்னும் தமிழகம் ஆகும். எனவே துளு நாடு அக்காலத்தில் தமிழ்நாடாக இருந்தது என்பது தெரிகிறது. சங்கச் செய்யுள்களும் துளு நாட்டுக்கு அப்பால் மொழி பெயர் தேயம் (வேறு பாஷை பேசப்பட்ட தேசம்) இருந்ததாகக் கூறுகின்றன.

துளு என்றால் போரிடுதல், எதிர்த்தல் என்பது பொருள். பழங்கன்னட மொழியில் துளு என்னுஞ் சொல்லுக்கு இந்தப் பொருள் உண்டு. எனவே துளு நாடு என்றால் வீரர்கள் உள்ள நாடு என்று பொருள் கொள்ளலாம். துளு நாட்டு வீரர்களைப் பற்றிச் சங்க நூல்கள் கூறுகின்றன.

கொங்கண நாடாகிய துளு நாட்டைப் பிற்காலத்துச் சோழர் சாசனங்கள் 'குடமலை நாடு' என்று கூறுகின்றன.

துளு நாட்டுக்குக் கிழக்கில் உள்ளது குடகு நாடு என்னும் சிறு நாடு. இந்தக் குடகு நாட்டில் தலைக்காவேரி என்னும் இடத்தில் காவிரி ஆறு உண்டாகிறது. 'குடமலைப் பிறந்த தண்பெருங் காவிரி' என்று மலைபடுகடாம் (அடி 527) கூறுகிறது. இந்தக் காவேரி ஆறு கடைசியில் சோழ நாட்டில் புகுந்து பாய்கிறது.

துளு நாட்டு எல்லை

இப்போதுள்ள தென் கன்னட மாவட்டமே ஏறத்தாழ பழைய துளு நாடாகும். ஆனால் சங்க காலத்தில் (கி.பி. 200-க்கு முன்பு) துளு நாட்டின் தென் எல்லை சற்றுத் தெற்கே இருந்தது. ஏழில் மலைக்குத் தெற்கே அதன் பழைய தெற்கெல்லை இருந்தது.

துளு நாட்டின் மேற்கில் அரபிக்கடல் எல்லையாக இருக்கிறது. மேற்குத் தொடர்ச்சி மலைகள் (ஸஹ்யாத்ரி மலைகள்) இதன் கிழக்கு எல்லையாக அமைந்திருக்கின்றன. கிழக்கு எல்லையாக அமைந்துள்ள மேற்குத் தொடர்ச்சி மலைகள் சில இடங்களில் கடல் மட்டத்துக்கு 3000 அடி உயரமாகவும் வேறு சில இடங்களில் 6000 அடி உயரமாகவும்

படம் 1

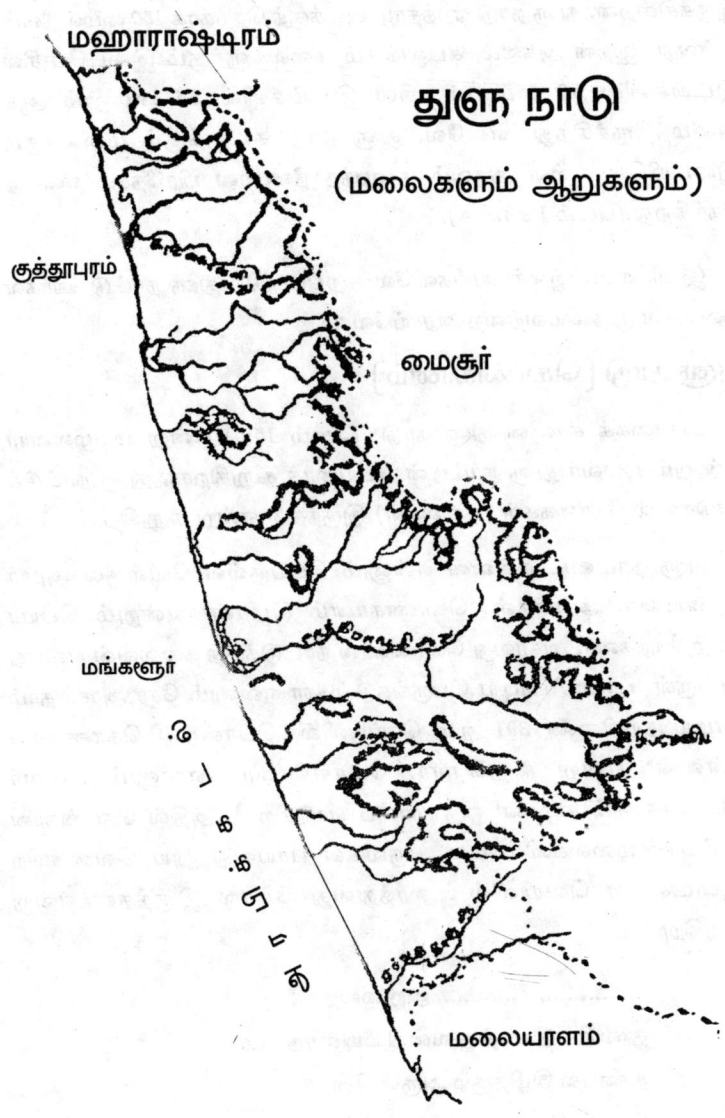

துளு நாடு

(மலைகளும் ஆறுகளும்)

இருக்கின்றன. ஆகவே துளு நாட்டின் கடற்கரையோரங்கள் சமநிலமாகவும் கிழக்குப் பகுதிகள் உயரமான மலைப் பிரதேசங்களாகவும் இருக்கின்றன. துளு நாடு ஏறத்தாழ வடக்குத் தெற்காக 150 மைல் நீளம் உள்ளது. இதன் அகலம், கடலுக்கும் மலைகளுக்கும் இடையே சில இடங்களில் 50 மைலும், சில இடங்களில் 25 மைலும் ஆக அமைந்திருக்கிறது. எனவே, துளு நாடு கடலுக்கும் மலைக்கும் இடையிலே உள்ள அகலம் குறைந்த நீளமான பிரதேசம் என்பது தெரிகிறது (படம் 1 காண்க).

இனி, சங்க இலக்கியங்களிலே கூறப்படுகிற துளு நாட்டு ஊர்கள் மலைகள் முதலியவற்றை ஆராய்வோம்.

துளு நாடு [கொண்கானம்]

'தோகைக் காவின் துளு நாடு' (அகம் 15:5) என்று மாமூலனார் என்னும் புலவர் துளு நாட்டின் பெயரைக் கூறுகிறார். துளு நாட்டுக் காடுகளில் தோகைகள் (மயில்கள்) இருந்தன என்று கூறுகிறார்.

துளு நாட்டை நன்னன் என்னும் பெயருள்ள வேள்குல அரசர் ஆண்டனர். அவர்கள் 'கொண்கானம் கிழான்' என்றும் பெயர் பெற்றிருந்தனர். அதாவது கொண்கான நாட்டுக்குத் தலைவன் என்பது பொருள். பாலை பாடிய பெருங்கடுங்கோ என்னும் சேர அரசர் தாம் பாடிய நற்றிணை 391-ஆம் செய்யுளில் 'பொன்படு கொண்கான நன்னன்' என்று கூறுகிறார். மோசிகீரனார் என்னும் புலவர் 'கொண்கானம் கிழான்' ஒருவனைப் பாடுகிறார். அதில் கொண்கான நாட்டின் மலைகளில் பல அருவிகள் பாய்வது தூய வெண்ணிற ஆடைகளை வெயிலில் உலர்த்துவது போல இருந்தன என்று கூறுகிறார்.

.... அறுவைத்
தூவிரி கடுப்பத் துவன்றி மீமிசைத்
தண்பல இழிதரும் அருவிநின்
கொண்பெருங் கானம் பாடல் எனக்கு எளிதே

(புறம். 154:10-13)

என்று அவர் பாடுகிறார். கொண்கானத்து (துளுநாட்டு)க்குக் கிழக்கேயுள்ள உயரமான மேற்குத் தொடர்ச்சி மலைகளில் இன்றும் பல அருவிகள் தோன்றிப் பாய்வதைக் காண்கிறோம். இப்புலவரே 'கொண்பெருங் கானத்துக்' கிழானைப் புறம் 155-ஆம் பாட்டில் பாடியுள்ளார். கொண்கானங்கிழான் தன்னை நாடி வரும் இரவலருக்குப் பொருள் கொடுத்தான் என்றும் அவன் பிற வேந்தரை வென்று அவர்களிடம் திறை வாங்கினான் என்றும் புறம் 156-ஆம் செய்யுளில் இப்புலவர் கூறுகிறார். இச்செய்யுள்களில் இவர் கொங்கண நாட்டைக் கொண்பெருங்கானம் என்று கூறுவது காண்க. கொங்கணம். கொண்கானம். கொண்பெருங்கானம் என்பன எல்லாம் ஒன்றே.

நன்னனுடைய கொங்கணக் காட்டில் (கழை) மூங்கில் அதிகமாக விளைந்தன என்று கூறுகிறார். கொங்கணத்தைக் 'கானம்' என்று சுருக்கமாகக் கூறுகிறார்.

> **விழைதக ஓங்கிய கழைதுஞ்சு மருங்கில்**
> **கானமர் நன்னன்** *(அகம் 392:26-27)*

என்று அவர் கூறுவது காண்க (கான்-கானம். கொங்கானம்).

செல்லூர்

மருதன் இளநாகன் என்னும் புலவர் இவ்வூரைக் கூறுகிறார். மழுவாள் நெடியோனாகிய பரசுராமன் இவ்வூரில் யாகம் செய்த கதையை இவர் கூறுகிறார் (இணைப்பு 2 காண்க)

> **கெடாஅத் தீயின் உருகெழு செல்லூர்க்**
> **கடாஅ யானைக் குழூஉச்சமந் ததைய**
> **மன்மருங் கறுத்த மழுவாள் நெடியோன்**
> **முன்முயன்று அரிதினின் முடித்த வேள்விக்**
> **கயிறரை யாத்த காண்டகு வனப்பின்**
> **அருங்கடி நெடுந்தூண்** *(அகம் 220: 3-8)*

என்பது அப்பாட்டில் இச்செய்தியைக் கூறும் பகுதி.

இந்தச் செல்லூர் கடற்கரைக்கு அருகில் இருந்தது என்றும் அவ்வூருக்குக் கிழக்கில் கோசருடைய நியமம் (ஊர்) இருந்தது என்றும் இப்புலவரே இன்னொரு செய்யுளில் கூறுகிறார்.

அருந்திறற் கடவுள் செல்லூர்க் குணாஅது
பெருங்கடல் முழக்கிற் றாகி யாணர்
இரும்பிடம் படுத்த வடுவுடை முகத்தர்
கருங்கட் கோசர் நியமம் *(அகம் 90: 9-12)*

என்று இவர் கூறுகிறார்.

எனவே, துளு நாட்டுச் செல்லூரில் பரசுராமன் செய்த வேள்விக்கு நினைவாக ஒரு தூண் அமைக்கப்பட்டிருந்ததென்றும், அச்செல்லூர் கடற்கரைக்கு அருகில் இருந்ததென்றும் தெரிகின்றன.

ஐயூர் முடவனார் என்னும் சங்க காலத்துப் புலவரும் தம்முடைய செய்யுளில் இச்செல்லூரைக் கூறுகிறார். ஆனால், பரசுராமன் கதையைக் கூறவில்லை. செல்லூரையாண்ட அரசன் ஒருவன் ஆதன் எழினி என்பவனுடன் போர் செய்து அவனைக் கொன்ற செய்தியை அப்புலவர் கூறுகிறார்.

கடலாடு மகளிர் கொய்த ஞாழலும்
கழனி யுழவர் குற்ற குவளையும்
கடிமிளைப் புறவிற் பூத்த முல்லையொடு
பல்லிளங் கோசர் கண்ணி யயரும்
மல்லல் யாணர்ச் செல்லிக் கோமான்
எறிவிடத் துலையாச் செறிசுரை வெள்வேல்
ஆதன் எழினி அருநிறத் தழுத்திய
பெருங்களிற்று எவ்வம். *(அகம் 216: 8-15)*

இச்செய்யுளிலும், செல்லூர் கடற்கரைக்கு அருகில் இருந்ததென்பது கூறப்படுவது காண்க.

பாரம்

துளு நாட்டில் இருந்த இன்னொரு ஊர் பாரம் என்பது. இவ்வூரில் நன்னனுடைய சேனைத் தலைவனாகிய மிஞிலி என்பவன் இருந்தான். ''பாரத்துத் தலைவன் ஆர நன்னன்''(அகம் 152:12) என்றும், ''பூந்தோள் யாப்பின் மிஞிலிகாக்கும் பாரம்'' (நற் 265: 4-5) என்றும் இவ்வூர் கூறப்படுகிறது.

பாழி

இவ்வூர் பாழி என்னும் மலைக்கு அருகிலே இருந்தது. ஆகவே அம்மலையின் பெயரே இவ்வூருக்கும் பெயராயிற்று. பாழிமலை, ஏழில் மலையின் ஒரு பகுதி "பாரத்துத் தலைவன் ஆர நன்னன் ஏழில் நெடுவரைப் பாழிச்சிலம்பு" (அகம் 152: 12-13). இவ்வூரைச் சூழ்ந்து கோட்டை மதில் இருந்தது என்பது, 'செம்பு உறழ் புரிசைப் பாழி' (அகம் 375:13) என்பதனால் தெரிகிறது. மேலும் இவ்வூர் 'கறையடி யானை நன்னன் பாழி' (அகம் 142:9) என்றும்

சூழி யானைச் சுடர்ப்பூண் நன்னன்
பாழி யாங்கண் கடியுடை வியன்நகர் (அகம் 15: 10-11)

என்றும் கூறப்படுகிறது. பாழி நகரைச் சூழ்ந்து இருந்த இடம் 'பாழிப் பறந்தலை' (அகம் 208:6) என்று பெயர் பெற்றிருந்தது. பாழிமலை மேலிருந்து பார்த்தால் அதனைச் சூழ்ந்திருந்த நாடுகள் தெரிந்தன.

அருந்தெறல் மரபிற் கடவுள் காப்பப்
பெருந்தேன் தூங்கும் நாடுகாண் நனந்தலை
அணங்குடை வரைப்பிற் பாழி   (அகம் 372: 1-3)

பாழி நகரக் கோட்டையில் நன்ன அரசர் பெருநிதியைச் சேர்த்து வைத்திருந்தனர். இதனை,

அணங்குடை வரைப்பிற் பாழியாங்கண்
வேள் முது மாக்கள் வியன் நகர்க் கரந்த
அருங்கல வெறுக்கை   (அகம் 372: 3-5)

என்றும்,

நன்னன் உதியன் அருங்கடிப் பாழித்
தொன்முதிர் வேளிர் ஓம்பினர் வைத்த
பொன்   (அகம் 258: 1-3)

என்றும் வருவனவற்றால் அறியலாம். நன்னர், வேள்குல அரசராவர்.

கொடுகூர்

இவ்வூர் துளு நாட்டில் இருந்தது. நன்ன அரசருக்குரிய இவ்வூரைச் சேரன் செங்குட்டுவன் வென்றான் (பதிற்றுப்பத்து 5-ஆம் பத்துப் பதிகம்).

வியலூர்

இதுவும் துளு நாட்டில் இருந்த ஊர்.

> நறவுமகிழ் இருக்கை நன்னன் வேண்மான்
> வயலை வேலி வியலூர் (அகம் 97:12-13)

என்றும் இது கூறப்படுகிறது. இது கடற்கரைப் பக்கமாக இருந்த ஊர். இவ்வூரையும் சேரன் செங்குட்டுவன் வென்றான்.

> உறுபுலி யன்ன வயவர் வீழச்
> சிறுகுரல் நெய்தல் வியலூர் நூறி
> அக்கரை நண்ணிக் கொடுகூர் எறிந்து
>
> (பதிற்றுப்பத்து 5-ஆம் பத்துப் பதிகம்)

என்று கூறுகிறது.

> கறிவளர் சிலம்பில் துஞ்சும் யானையிற்
> சிறுகுரல் நெய்தல் வியலூர் எறிந்தபின்
>
> (சிலம்பு - நடுகல் 114-115)

நறவு

இது துளு நாட்டில் கடற்கரையிலிருந்த துறைமுகப் பட்டினம். கள்ளுக்கு (மதுவுக்கு) நறவு என்றும் ஒரு பெயர் உண்டு. ஆகவே, நறவு என்னும் பெயருடைய இந்த ஊரைத் 'துவ்வா நறவு' (உண்ணப்படாத நறவு) என்று தமிழ்ப் புலவர்கள் கூறினார்கள். துளு நாட்டைச் சேர அரசர் வென்ற பிறகு இத்துறைமுகப்பட்டினத்தில் ஆடுகோட்பாட்டுச் சேரலாதன் (இவன் செங்குட்டுவனுக்கும் நார்முடிச் சேரலுக்கும் தம்பி) தங்கியிருந்தான் (பதிற்றுப் பத்து 6-ஆம் பத்து 10: 9-12). கிரேக்க ரோம வாணிகர்கள் நறவை 'நவ்றா' என்று கூறினார்கள். துளு மொழியில் இது நாறாவி என்று கூறப்பட்டது. இங்கு யவனக் கப்பல்கள் வந்து வாணிகஞ் செய்ததாகத் தெரிகின்றது.

சேர நாட்டுத் தொண்டித் துறைமுகந்தான் நறவு என்று சிலர் கருதுகின்றனர். துளு நாட்டிலுள்ள மங்களூர்தான் நறவு என்று வேறு சிலர் கருதுகிறார்கள். நறவு துளு நாட்டிலிருந்த கடற்கரைப் பட்டினம் ஆகும்.

ஏழில்மலை

இது துளு நாட்டில் இருந்த மலைகளில் ஒன்று. இது துளு நாட்டின் தெற்கே இருந்தது. ஏழில் நெடுவரை என்றும், ஏழிற்குன்று என்றும் இதனைக் கூறுவர். ஏழில்மலையின் ஒரு பிரிவு பாழிமலை (பாழிச்சிலம்பு) என்று பெயர் பெற்றிருந்ததையும் அங்குப் பாழி என்னும் ஊர் இருந்ததையும் முன்னமே கூறினோம்.

பாரத்துத் தலைவன் ஆர நன்னன்
ஏழில் நெடுவரைப் பாழிச் சிலம்பு *(அகம் 152: 12-13)*

என்றும்

பொன்படு கொண்கான நன்னன் நன்னாட்டு
ஏழிற் குன்றம் *(நற். 391: 6-7)*

என்றும்

நன்னன் நன்னாட்டு
ஏழிற் குன்றம் *(அகம் 349:8-9)*

என்றும்

.... ஓங்கு புகழ்க்
கானமர் செல்வி அருளலின் வெண்கால்
பல்படைப் புரவி எய்திய தொல்லிசை
நுணங்குநுண் பனுவல் புலவன் பாடிய
இனமழை தவழும் ஏழிற் குன்றத்து *(அகம் 345: 3-7)*

என்றும் இது கூறப்படுகிறது.

இதனால் ஏழில்மலையில் கானமர் செல்வியாகிய கொற்றவைக்கும் கோவில் இருந்தது என்றும், ஏழில்மலையை 'நுணங்கு நுண்பனுவல் புலவன்' ஒருவன் பாடினான் என்றும் தெரிகின்றன. ஏழில்மலையைப் பாடிய புலவன் பரணராகவோ அல்லது மோசிகீரனாராகவோ இருத்தல் வேண்டும்.

ஏழில்மலை மேற்குக் கடற்கரையோரமாகக் கண்ணனூருக்கு வடமேற்கே 16மைல் தூரத்தில் இருக்கிறது. ஏழில்மலை என்னும் இரயில் நிலையமும் உண்டு.

சங்க காலத்தில் துளு நாட்டைச் சேர்ந்திருந்த இந்த ஏழில்மலை இப்போது மலையாள நாட்டில், மலபார் மாவட்டத்துச் சிறைக்கல் தாலுக்காவில் சேர்ந்திருக்கிறது. ஆனால், இது முன்பு துளு நாட்டைச் சேர்ந்திருந்தது. பிற்காலத்தில், மலையாளிகள் இதனை 'ஏழிமல' என்று அழைத்தனர். ழகரத்தை உச்சரிக்கத் தெரியாத மேல்நாட்டார் முதலியோர் இதனை 'யய்முல்லை' (Yai Mullay) என்று கூறினார்கள். சிலர், ஏழில்மலையை எலிமலை என்று வழங்கினார்கள். வடமொழியாளர், எலிமலை என்பதை மூஷிகமலை என்று மொழிபெயர்த்துக் கொண்டு தங்கள் வழக்கம்போல மூஷிக வம்சம் என்னும் பெயருள்ள நூலை எழுதினார்கள். மூஷிக வம்சத்தில் ஏழில்மலையை அரசாண்ட பிற்கால அரசர்களைப் பற்றியும் அது சம்பந்தமான புராணக் கதைகளையும் எழுதி வைத்தனர்.

பிற்காலத்தில் வாணிகத்துக்காக வந்த போர்ச்சுக்கீசியர் இந்த மலையை எலிமலை என்றே கூறினார்கள். அவர்கள் மவுண்ட்-டி-எலி (Monte D'Ele) என்று கூறினார்கள். அப்பெயர் பிற்காலத்தில் டெல்லி (Delli) என்று குறுகிற்று.

ஏழில்மலை அரபிக்கடலில் 27 மைல் தூரம் வரையில் தெரிந்தது. வாஸ்கோ-டி-காமா என்னும் போர்ச்சுக்கீசியர் முதல் முதல் இந்தியாவுக்கு வந்தபோது அவருக்குக் கடலில் முதல் முதலாகக் காணப்பட்ட இடம் இந்த மலையே. 1498-இல், ஏழில்மலையைக் கடலில் இருந்து கண்ட அவர் தன் கப்பலைக் கண்ணனூருக்கு அருகில் செலுத்திக் கரை இறங்கினார்.

ஏழில்மலை கடற்கரைக்குக் கிழக்கே ஒரு மைல் தூரத்தில் இருக்கிறது. இங்குக் கடற்கொள்ளைக்காரர் இருந்தனர் என்று முற்காலத்துப் பிற்காலத்து அயல் நாட்டார் எழுதியிருக்கிறார்கள். துளு நாட்டையரசாண்ட நன்ன அரசர்களுக்கு கடற்கொள்ளைக்காரர்களும் உதவியாக இருந்தனர் என்பது தெரிகின்றது.

கடம்பின் பெருவாயில்

கடம்பின் பெருவாயில் என்னும் ஊர் துளு நாட்டில் இருந்தது. இவ்வூரில் நடந்த போரில், களங்காய்க்கண்ணி நார்முடிச்சேரல், நன்னனை வென்றான்.

உருள்பூங் கடம்பன் பெருவாயில் நன்னனை
நிலைச் செறுவின் ஆற்றலை யறுத்தவன்
பொன்படு வாகை முழுமுதல் தடிந்து

(பதிற்று. 4-ஆம் பத்து, பதிகம்)

வாகைப் பெருந்துறை

இதுவும் துளு நாட்டின் தெற்கில் இருந்த ஊர். இது வாகைப் பறந்தலை என்றும் பெயர் பெற்றிருந்தது. இவ்வூரில் பசும் பூட்பாண்டியனுடைய சேனைத் தலைவனான அதிகமான் என்பவன் போர் செய்து இறந்தான்.

கூகைக் கோழி வாகைப் பறந்தலைப்
பசும்பூட் பாண்டியன் வினைவல் அதிகன்
களிறொடு பட்ட ஞான்றை *(குறுந். 393: 3-5)*

களங்காய்க் கண்ணி நார்முடிச்சேரல் இவ்வூரில் நன்னனுடன் போர் செய்தான்.

.... குடாஅது
இரும்பொன் வாகைப் பெருந்துறைச் செருவிற்
பொலம்பூண் நன்னன் பொருது களத்தொழிய
வலம்படு கொற்றத் தந்த வாய்வாட்
களங்காய்க் கண்ணி நார்முடிச் சேரல்

(அகம் 199: 18-22)

கடல் துருத்தி

துளு நாட்டைச் சேர்ந்து அரபிக்கடலில் சிறுசிறு தீவுகள் சில இருந்தன. அந்தத் தீவுகள் துளு நாட்டு 'நன்ன' அரசரின் ஆளுகைக்கு உட்பட்டிருந்தன. அத்தீவுகள் ஒன்றில் நன்னனுக்குக் கீழடங்கிய குறும்பத் தலைவன் ஒருவன் இருந்தான். அவன் கடம்ப மரத்தைத் தன்னுடைய காவல் (அடையாள) மரமாக வளர்த்து வந்தான். அவன் நன்னனுடைய தூண்டுதலின் மேல் சேர நாட்டுக்கு வாணிகத்தின் பொருட்டு வந்த யவனக் கப்பல்களைத் தடுத்துக் கொள்ளையடித்துக் கொண்டிருந்தான். அந்தக் குறும்ப அரசனை, இமயவரம்பன்

நெடுஞ்சேரலாதன் தன் மகனான சேரன் செங்குட்டுவனைக் கொண்டு வென்றான் (பதிற்றுப் பத்து 2-ஆம் பத்து, 5-ஆம் பத்து).

துளு நாட்டுக்கும் சேர நாட்டுக்கும் (இப்போதைய மலையாள தேசம்) மேற்கே அரபிக்கடலில் நூறு மைலுக்கு அப்பால் லக்ஷத்தீவு என்று பெயருள்ள தீவுகள் இருக்கின்றன. இத்தீவுகள் பவழப் பூச்சிகளால் உண்டானவை. கடல் மட்டத்துக்கு மேல் 100 அல்லது 15 அடி உயரம் உள்ளவை. வடக்குத் தெற்காக இத்தீவுகள் 1 மைல் முதல் 6 மைல் நீளமும் ஏறத்தாழ ஒரு மைல் அகலமும் உள்ளவை.

இத்தீவுகளுக்கு அருகில் கடல் அலை இல்லாமல் கப்பல்கள் தங்குவதற்கு ஏற்றதாக இருக்கிறது. புயல் அடித்தாலும் இங்குக் கப்பல்களுக்கு ஆபத்து நேரிடுவதில்லை.

இத்தீவுகளில் வடக்குப் பாகத்தில் உள்ள 8 தீவுகளுக்கும் அமிந்தீவு என்று இப்போது பெயர் கூறப்படுகிறது. இவை துளு நாட்டோடு சேர்ந்தவை. இங்குப் பலா மரமும் கமுகு மரமும் பயிராகின்றன. தென்னையும் உண்டு. வரகு, கேழ்வரகு தானியங்கள் பயிராகின்றன. நெல் பயிராவதில்லை.

சங்க நூல்களில் கூறப்படுகிற கடல் துருத்தி என்பது இத்தீவுகளாக இருக்கக்கூடும். கடம்ப மரத்தைக் காவல் மரமாகக் கொண்டிருந்த குறும்பர்கள் இத்தீவுகளில் இருந்தவராதல் வேண்டும். இங்கிருந்த குறும்பர் துளு நாட்டு நன்னனுக்குக் கீழடங்கி வாணிகக் கப்பல்களைக் கொள்ளையடித்தனர். சேரன் செங்குட்டுவனால் வெல்லப்பட்டவர் இத்தீவினராதல் வேண்டும்.

மங்களூர்

இதற்கு மங்கலாபுரம் என்னும் பெயரும் உண்டு. இது துளு நாட்டில் நேத்திராவதி என்னும் ஆறு கடலில் கலக்கிற இடத்துக்கு அருகில் இருந்தது. இது இப்போதும் அப்பெயரோடு இருக்கிறது. கி.பி. 2-ஆம் நூற்றாண்டிலிருந்த தாலமி (Ptolemy-) கூறுகிற மகனூர் என்பது இந்த மங்களூரே. இங்குள்ள மங்கள தேவியின் பெயரே இவ்வூருக்கு அமைந்து மங்களூர் என்று பெயர் பெற்றது. மங்களாதேவி என்பது பௌத்த மதத் தெய்வம். மங்களா தேவிக்கு ஆதிதேவி என்றும் தாராதேவி என்றும் வேறு பெயர்கள் உண்டு. (J.R.A.S., 1894, p.85). இக்கோவில் இப்போதும் கிராம தேவதைக் கோவிலாக இருந்து

வருகிறது. இதற்குச் சிறிது தூரத்தில் 'துர்க்கை' கோவில் ஒன்று இருக்கிறது. அது வேறு கோவில்.

மங்களூருக்குத் தெற்கே இரண்டரை மைல் தூரத்தில் கதிரி என்னும் பேர் பெற்ற இடம் இருக்கிறது. இங்கு மஞ்சுநாதர் கோவில் இருக்கிறது. இது அக்காலத்தில் பேர்போன பௌத்தக் கோவிலாக இருந்தது. பௌத்தக் கோவில்களாகையால் இந்தக் கதிரிக் கோவிலுக்கும் மங்கலா தேவி கோவிலுக்கும் ஆதிகாலத்தில் தொடர்பு இருந்தது சிலப்பதிகாரத்தில் கூறப்படுகிறது. மங்கலாதேவி கோவிலும் பாசண்டச் சாத்தன் கோவிலும் முறையே மங்கலாதேவி கோவிலும் கதிரிக் கோவிலும் ஆகும். கதிரிக் கோவில் இப்போது மஞ்சுநாதர் கோவில் என்று கூறப்படுகிறது- மஞ்சுநாதர் என்பது பௌத்தரின் போதி சத்துவருக்குப் பெயர். இக்கோவிலில் இப்போதுள்ள லோகேசுவரர் உருவம் பௌத்தரின் அவலோகீஸ்வரர் உருவமே. மகாயான பௌத்தத்தில், லோகேசுவரர் என்னும் லோகநாதர் தாரை தேவியின் கணவன் என்று கூறப்படுகிறார்.

கதிரி மஞ்சுநாதர் கோவிலுக்கு அருகில் உள்ள மலையில் இயற்கையாக அமைந்த குகைகள் உள்ளன. அவை பௌத்தப் பிக்குகள் தங்கியிருந்த குகைகளாகும். அக்குகைகள் இப்போது பாண்டவ குகைகள் என்று கூறப்படுகின்றன.

மங்களூரில் உள்ள மங்கலாதேவியின் கோவிலைப் பற்றியும் அதன் அருகில் உள்ள கதிரிக் கோவிலைப் பற்றியும் சிலப்பதிகாரத்தில் இவ்வாறு கூறப்படுகிறது. ''மங்கல மடந்தை கோட்டம்'', (சிலம்பு, 'வரந்தரு காதை 88) ஆயிழைக் கோட்டம்' (சிலம்பு வரந். 61 ஆயிழைக் கோட்டம் - மங்கலா தேவி கோயில். அரும்பதவுரை)

மங்கல மடந்தை கோட்டத் தாங்கண்
அங்குறை மறையோ னாகத் தோன்றி

(சிலம்பு. வரந்தரு. 88-89)

(இதில் மங்கல மடந்தை என்பதற்கு மங்கல தேவி என்று அரும்பதவுரையாசிரியர் உரை எழுதுவது காண்க. இதன் அடிக்குறிப்பில் சிலப்பதிகாரப் பதிப்பாசிரியராகிய டாக்டர். உ.வே.சாமிநாதையர், ''மங்கலா தேவி என்றது, கண்ணகியை. மங்கலாபுரம் அல்லது மங்களூர் என்பது இத்தேவி காரணமாக வந்த பெயர்'' என்று குறிப்பு எழுதியிருப்பது தவறு என்பது சொல்லாமலே தெரிகிறது. இதைப்பற்றி இங்கு விளக்கம் தேவையில்லை).

மங்கலாதேவியின் கோட்டத்துக்கு அருகில் இருந்ததாகச் சிலம்பு கூறுகிற 'செங்கோட்டுயர் வரை சேணுயர் சிலம்பு' கதிரிக்கு அருகில் உள்ள மலையாகும். இங்கு பௌத்த முனிவர் தங்கியிருந்த இயற்கைக் குகைகள் இருந்தன என்று முன்னமே கூறினோம். இங்குள்ள சுனைகளில் வெள்ளைக்கடுகு போன்ற கற்களும் முருக்கம்பூ நிறம் போன்ற சிறுகற்களும் இருந்தன என்றும் மாவைக் கரைத்தது போன்ற நீர் இங்கு இருந்தது என்றும் சிலப்பதிகாரம் கூறுகிறது.

> மங்கல மடந்தை கோட்டத் தாங்கண்
> செங்கோட் டுயர்வரைச் சேணுயர் சிலம்பில்
> பிணிமுக நெடுங்கல் பிடர்த்தலை நிரம்பிய
> அணிகயம் பலவுள. ஆங்கவை யிடையது
> கடிப்பகை நுண்கலும் கவிரிதழ்க் குறுங்கலும்
> இடிக்கலப் பன்ன இழைந்துகு நீரும்
> உண்டோர் சுனை அதனுள்புக் காடினர்
> பண்டைப் பிறவியர் ஆகுவர். (சிலம்பு. வரந்தரு. 53-60)

(கடிப்பகை நுண்கல்-வெண்சிறு கடுகு போன்ற நுண்ணிய கல். கவிர் இதழ்க் குறுங்கல்-முருக்கம்பூப் போன்ற நிறத்தையுடைய குறிய கல். இடிக் கலப்பன்ன- மாவைக் கரைத்தா லொத்த. அரும்புதவுரை).

சங்க இலக்கியங்களிலிருந்து அறியப்படுகிற துளு நாட்டு ஊர்களையும் இடங்களையும் இதுகாறும் அறிந்தோம். இனி சங்க இலக்கியங்களிலிருந்து அறியப்படுகிற நன்ன அரசருடைய வரலாற்றைப் பார்ப்போம்.

2
நன்னர் வரலாறு

அரசியல் சூழ்நிலை

நம் ஆராய்ச்சிக்குரிய கி.பி.இரண்டாம் நூற்றாண்டிலே துளு நாட்டின் அரசியல் சூழ்நிலை எப்படி இருந்தது என்பதைக் காண்போம். துளு நாட்டின் மேற்கில் அரபிக்கடல் இருந்தது. இக்கடல் வழியாக யவன, அராபிய வாணிகக் கப்பல்கள் துளு நாட்டுத் துறைமுகப் பட்டினங்களாகிய மங்களூர், நறவு முதலிய ஊர்களுக்கு வந்து போயின. துளு நாட்டுக்கு அருகிலே அரபிக் கடலிலே கடல் துருத்தி என்னும் சிறு தீவுகள் இருந்தன. அவை துளு நாட்டுக்குரியனவாக இருந்தன.

துளு நாட்டின் தெற்கே சேர நாடு இருந்தது. (சேர நாடு இப்போது மலையாளம் எனப்படும் கேரள நாடாக மாறிப்போயிற்று.) சேரர் என்னும் தமிழரசர்கள் சேர நாட்டையரசாண்டார்கள். சேர மன்னருக்கும் துளு நாட்டு அரசருக்கும் எப்போதும் பகை. அவர்கள் அடிக்கடி ஒருவருக்கொருவர் போர் செய்துகொண்டிருந்தார்கள்.

துளு நாட்டின் கிழக்கே வடகொங்கு நாடும் கன்னட நாடும் இருந்தன. இப்போதுள்ள மைசூர் இராச்சியத்தில் பாய்கிற காவிரி ஆற்றின் தென்கரை வரையில் வடகொங்கு நாடு அக்காலத்தில் பரவியிருந்தது. வடகொங்கு நாட்டில் அக்காலத்தில் பேரரசர் இல்லை. புன்னாடு, எருமை நாடு, அதிகமான் நாடு (தகடூர்) முதலிய சிறு சிறு நாடுகளைச் சிற்றரசர்கள் அரசாண்டனர். ஆகவே, சேர சோழ, பாண்டிய அரசர்களும் துளு நாட்டு அரசரும் வடகொங்கு நாட்டைக் கைப்பற்றிக் கொள்ள அடிக்கடி போர் செய்துகொண்டிருந்தார்கள். அக்காலத்தில் வடகொங்கு நாடு இவ்வரசர்களின் போர்க்களமாக இருந்தது.

துளு நாட்டின் கிழக்கே (வடகொங்கு நாட்டுக்கு வடக்கே) கன்னட நாடு இருந்தது. அது அக்காலத்தில் சதகர்ணியரசரின் தக்காணப்

சதகர்ணி ராச்சியம்
துளு நாடு
குடகு
வட
கொடங்கு
நாடு
ஏழில்மலை
அரபிக் கடல்

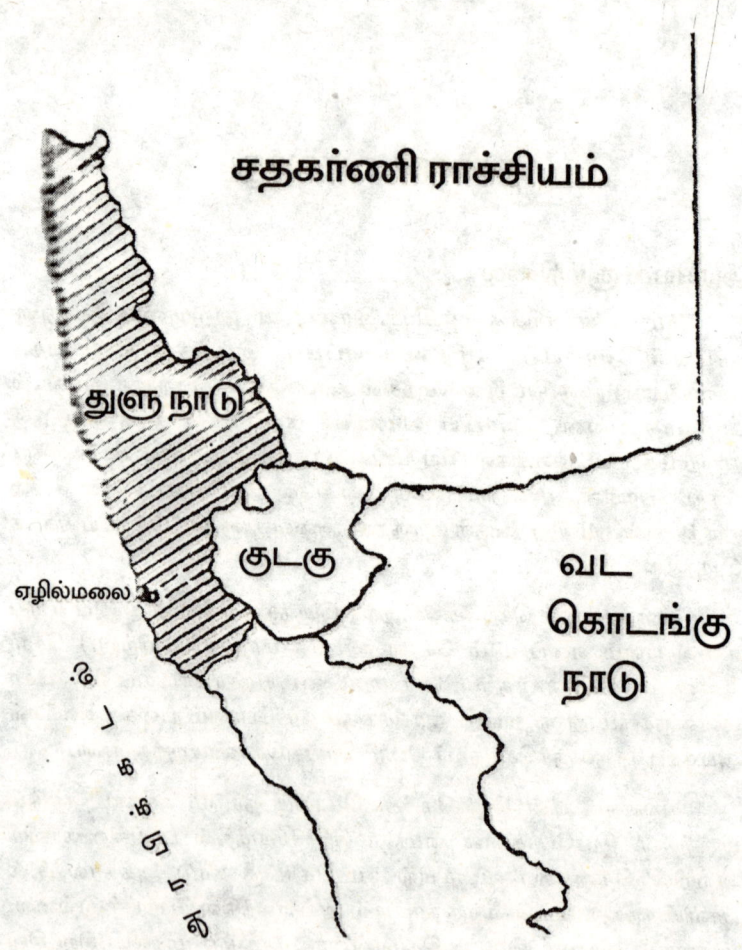

பேரரசுக்கு உள்ளடங்கியிருந்தது. (சதகர்ணியரசருக்குச் சாதகர்ணி என்றும் சாதவாகனர் என்றும் நூற்றுவர் கன்னர் என்றும் பெயர்கள் வழங்கின.)

துளு நாட்டின் வடக்கே மேற்குக் கடற்கரையைச் சார்ந்திருந்த நாடுங்கூட அக்காலத்தில் சதகர்ணியரசரின் தக்காண இராச்சியத்துக் குட்பட்டிருந்தது. ஆனால், சாகர் என்னும் மேற்கு சத்ராப் அரசர்கள் அப்பகுதிகளைக் கைப்பற்றினார்கள். அவர்கள் கைப்பற்றிய அப்பகுதிகளை சதகர்ணியரசர் போரிட்டு மீட்டுக்கொண்டனர். மறுபடியும் சத்ராப் அரசர் அப்பகுதியைக் கைப்பற்றினர். மீண்டும் அதைச் சதகர்ணியரசர் மீட்டுக் கொண்டனர். இவ்வாறு அவ்வடபகுதி அடிக்கடி சத்ராப் சதகர்ணியரசரின் போர்க்களமாக இருந்தது. ஆகவே, துளு நாட்டரசருக்கு அக்காலத்தில் வடக்கிலும் கிழக்கிலும் போர் செய்ய வேண்டிய சூழ்நிலை இருக்கவில்லை. தெற்கே சேர அரசருடனும் தென் கிழக்கே வடகொங்கு நாட்டுடனும் அவர்கள் அடிக்கடி போர் செய்ய வேண்டியிருந்தது.

துளு நாட்டரசர்

துளு நாட்டு (கொங்கணத்து) நன்னருடைய வரலாறு சங்க இலக்கியங்களிலிருந்து சிறிது கிடைக்கிறது. கொங்கணத்து அரசர் கொங்கணங் கிழார் என்று பெயர் பெற்றிருந்தனர். துளு நாடு கொங்கணம் என்றும் கொண்கானம் என்றும் கொண் பொருங்காணம் என்றும் கூறப்பட்டது. அவர்கள் குடும்பப் பெயர் நன்னன் என்பது. அவர்கள் நன்னன் வேண்மான் என்றும் கூறப்பட்டனர். நன்னன் குடும்பப் பெண்டிர் நன்னன் வேண்மாள் என்றும் கூறப்பட்டனர். (சிலம்பு, காட்சிக்காதை 5-ஆம் அடி அரும்பதவுரை காண்க.)

கிறிஸ்து சகாப்தத்தின் தொடக்கத்தில் துளு நாட்டை அரசாண்ட நன்ன அரசரைப் பற்றித் தமிழில் சங்க இலக்கியங்களில் மட்டும் கிடைக்கின்றன. வேறு மொழி நூல்களில் இவ்வரலாறு கிடைக்க வில்லை.

நன்னர்களில் மூன்று அரசரைப் பற்றிச் சில செய்திகள் சங்க நூல்களிலிருந்து தெரிகின்றன. அந்த மூன்று அரசரும் கி.பி.2ஆம்

நூற்றாண்டில் இருந்தவர் எனத் தெரிகின்றனர். இவர்களுக்கு முன்பிருந்த நன்னர்களைப் பற்றியும் பின்பு இருந்த நன்னர்களைப் பற்றியும் ஒன்றுந் தெரியவில்லை. இந்த மூன்று நன்னர்களை முதலாம் நன்னன், இரண்டாம் நன்னன், மூன்றாம் நன்னன் என்று பெயர் இட்டு ஆராய்வோம்.

முதலாம் நன்னன் [ஏறத்தாழ கி.பி. 100 முதல் 125]

இவன் போரில் சிறந்த வீரனாக இருந்தான். பிண்டன் என்னும் வலிமிக்க சிற்றரசனுடன் போர் செய்து அவனை வென்றான். அந்தப் போர் எங்கு நடந்தது. அந்தப் பிண்டன் என்பவன் யார் என்பன தெரியவில்லை. பரணர் என்னும் புலவர் இச்செய்தியைக் கூறுகிறார்.

உறுபகை தருஉம் மொய்ம்மூசு பிண்டன்
முனைமுரண் உடையக் கடந்த வென்வேல்
இசைநல் ஈகைக் களிறுவீசு வண்மகிழ்
பாரத்துத் தலைவன் ஆர நன்னன் *(அகம் 152: 9-12)*

இந்த நன்னன் வேறு அரசர்களுடன் போர் செய்து அவர்களை வென்றான் என்று கூறப்படுகிறான். இவன் வென்ற வேறு அரசர் பெயர் கூறப்படவில்லை. தான் போரில் வென்ற அரசருடைய மனைவியரின் கூந்தலை மழித்து அக்கூந்தலினால் கயிறு (முரற்சி) திரித்தான் என்று கூறப்படுகிறான். இச்செய்தியைப் பரணர் என்னும் புலவரே கூறுகிறார்.

விரியுளைப் பொலிந்த பரியுடை நன்மான்
வேந்தர் ஓட்டிய ஏந்துவேல் நன்னன்
கூந்தல் முரற்சியிற் கொடிதே *(நற். 270:8-10)*

இவன் இரவலருக்கு யானைகளைப் பரிசு வழங்கினான்.

இசைநல் ஈகைக் களிறுவீசு வண்மகிழ்ப்
பாரத்துத் தலைவன் ஆர நன்னன். *(அகம் 152:11-12)*

இவன் பெண் கொலை புரிந்த நன்னன் என்றுங் கூறப்படுகிறான். அச்செய்தி இது-

இவனுக்குரிய தோப்பு ஒன்றில் மாமரம் ஒன்று இருந்தது. அந்த மரத்தின் ஓரமாகச் சிற்றாறு ஒன்று பாய்ந்து கொண்டிருந்தது. அந்த

மரத்திலிருந்த மாங்கனியொன்று சிற்றாற்றில் விழுந்து நீரில் மிதந்து கொண்டு போனதைச் சிறிது தூரத்தில் நீராடிக் கொண்டிருந்த ஒரு பெண்மகள் எடுத்துத் தின்றாள். அப்பெண் அக்கனியைத் தின்ற செய்தியை நன்னன் அறிந்தான். சினங்கொண்டு அவளுக்குக் கொலைத் தண்டனை விதித்தான்.

அரசருக்குரிய பொருள்களைக் களவு செய்தவருக்கு அக்காலத்தில் கொலைத் தண்டனை விதிப்பது வழக்கம். பாண்டியனுடைய பொற்சிலம்பைக் களவு செய்தான் என்று (பொய்யாகக்) குற்றஞ் சாட்டப்பட்ட கோவலனுக்குக் கொலைத் தண்டனை விதிக்கப்பட்டது. அக்காலத்தில் வழக்கத்தில் இருந்த இந்தச் சட்டங் காரணமாகத்தான்.

அரசனாகிய நன்னனுடைய மாங்கனி என்பதையறியாமல், நீரில் மிதந்து வந்த மாங்கனியை எடுத்துத் தின்ற குற்றத்துக்காக அப் பெண்ணுக்குக் கொலைத் தண்டனை விதிக்கப்பட்டது. அப்பெண்ணின் தந்தை நன்னனை வேண்டிக் கொண்டான். அப்பெண் அறியாமல் செய்த குற்றத்தைப் பொறுத்தருள வேண்டுமென்றும், அந்தக் குற்றத்துக்குத் தண்டமாகத் தொண்ணூற்றொன்பது யானைகளையும் அப்பெண்ணின் எடையளவு பொன்னையுங் கொடுப்பதாகவும் அப்பெண்ணைக் கொல்லாமல் விட வேண்டும் என்றும் வேண்டிக் கொண்டான். நன்னன் அவ்வேண்டுகோளுக்கு உடன்படாமல் அப்பெண்ணைக் கொன்றுவிட்டான். இக்கொடுஞ்செயலினால் மக்கள் அவனை வெறுத்துப் பெண் கொலை புரிந்த நன்னன் என்று தூற்றினார்கள். இச்செய்தியைப் பரணர் என்னும் புலவர் கூறுகிறார்.

மண்ணிய சென்ற ஒண்ணுதுல் அரிவை
புனல்தரு பசுங்காய் தின்றதன் தப்பற்கு
ஒன்பதிற் றொன்பது களிற்றொடு அவள் நிறை
பொன்செய் பாவை கொடுப்பவுங் கொள்ளான்
பெண்கொலை புரிந்த நன்னன் போல
வரையா நிரையத்துச் செலீஇயரோ *(குறுந்தொகை. 292: 1-6)*

இக்கொடுஞ்செயலினால் இவன் மீது வெறுப்படைந்தனர் கோசர் என்னும் இனத்தார். கோசர்கள் போர்த்தொழில் செய்பவர்கள். அவர்கள் ஏதோ சூழ்ச்சி செய்து நன்னனுடைய மாமரத்தை வெட்டிவிட்டனர்.

அரசனுடைய மாமரத்தை அவனுடைய ஆட்சிக்குட்பட்ட மக்கள் வெட்டினார்கள் என்றால், அச்செயல் அரசனை அவமானப்படுத்தும் செயலாகும். கோசர் ஏதோ காரணத்தைக் கண்டுபிடித்து அக்காரணத்தை ஆதாரமாகக் கொண்டு நன்னனுடைய மாமரத்தை வெட்டிவிட்டனர். இச்செய்தியையும் பரணரே கூறுகிறார்.

.... நன்னன்
நறுமா கொன்று ஞாட்பிற் போக்கிய
ஒன்றுமொழிக் கோசர் போல
வன்கட் சூழ்ச்சியும் வேண்டுமால் சிறிதே

(குறுந்தொகை 73 : 2-5)

(குறிப்பு : இச்செய்யுளில் 'நறுமாகொன்று' என்று இருப்பதைத் தவறாகப் பொருள் செய்துகொண்டார் சரித்திரப் பேராசிரியர் டாக்டர் எஸ். கிருஷ்ணசாமி ஐயங்கார் அவர்கள். கோசர், நன்னனுடைய பட்டத்து யானையைக் கொன்றுவிட்டனர் என்று அவர் எழுதியுள்ளார்.[1] மா என்பதற்கு விலங்கு (யானை) என்றும் பொருள் உண்டாகையால் அவ்வாறு அவர் எழுதிவிட்டார். அது தவறு. மா என்பது இங்கு மாமரத்தையே குறிக்கும்.)

கடல் துருத்திக் குறும்பர்

நன்னனுடைய துளு நாட்டுக்கு அருகிலே கடலிலே ஒரு சிறு தீவு இருந்தது. (இத்தீவைப் பற்றி முன்னமே கூறியுள்ளோம்.) அத்தீவில் குறும்பனாகிய ஒரு வீரன் இருந்தான். அவன் அந்தத் தீவில் கடம்ப மரத்தைக் காவல் மரமாக வைத்துக் கொண்டிருந்தான். அவன் தன்னைச் சார்ந்த வீரர்களுடன் சேர்ந்து, அக்காலத்தில் ரோமாபுரியிலிருந்து வாணிகத்தின் பொருட்டுச் சேர நாட்டுக்கு வந்து கொண்டிருந்த யவனக் கப்பல்களைக் கொள்ளையடித்து அக்கப்பல்கள் சேர நாட்டுக்கு வருவதைத் தடுத்துக்கொண்டிருந்தான். இவ்வாறு பல ஆண்டுகளாக நடந்து கொண்டிருந்தது. இந்தத் தீவிலிருந்த குறும்பச் சிற்றரசன் நன்னனுக்குக் கீழடங்கியவன். நன்னனுடைய தூண்டுதலினாலே அக்குறும்பன் யவனக் கப்பல்களைச் சேர நாட்டுத் துறைமுகங்களுக்கு வராதபடி கொள்ளையடித்துக் கொண்டிருந்தான். கி.பி. முதல்

நூற்றாண்டின் இறுதியில் இருந்த பிளைனி என்னும் யவனர், இவ்விடத்தில் கடற்கொள்ளைக்காரர் இருந்ததை எழுதியிருக்கிறார்.

கடல் துருத்தியில் (கடல் தீவில்) இருந்துகொண்டு யவன வாணிகக் கப்பல்களைக் கொள்ளையடித்துக் கொண்டிருந்தபடியால், யவன வாணிகக் கப்பல்கள் சேர நாட்டுத் துறைமுகப்பட்டினங்களுக்கு வருவது தடைப்பட்டது. யவனக் கப்பல்கள் துளு நாட்டுக் கடற்கரையைக் கடந்துதான் சேர நாட்டுக்கு வரவேண்டும். யவனக் கப்பல்கள் சேர நாட்டுத் துறைமுகப் பட்டினங்களுக்கு வருவது தடைப்பட்டபடியால் சேர நாட்டு வாணிகம் பெரிதும் குறையத் தொடங்கிற்று. இதனால், கடல் துருத்தியில் (தீவில்) இருந்த குறும்பரை அடக்க வேண்டியது சேர அரசனின் கடமையாக இருந்தது.

கடற்போர்

அக்காலத்தில் சேர நாட்டையரசாண்ட சேர அரசன் இமயவரம்பன் நெடுஞ்சேரலாதன் என்பவன். இந்த நெடுஞ்சேரலாதனுக்கு நான்கு மக்கள் இருந்தனர். அவர்கள் களங்காய்க் கண்ணி நார் முடிச்சேரல். கடல்பிறக்கோட்டிய செங்குட்டுவன் (சேரன் செங்குட்டுவன்). ஆடுகோட்பாட்டுச் சேரலாதன் இளங்கோ அடிகள் என்பவராவர். இதனைப் பதிற்றுப்பத்து 4-ஆம் பத்து, 5-ஆம் பத்து, 6-ஆம் பத்துப் பதிகங்களினாலும் சிலப்பதிகாரம் வரந்தருகாதை (171-181) பதிகம் இவற்றின் உரைகளினாலும் அறிகிறோம்.

இமயவரம்பன் நெடுஞ்சேரலாதன் கடல் தீவிலிருந்த குறும்பனை அடக்குவதற்காக அவன் மேல் படையெடுத்தான் இவன். கடற்படை யொன்றைத் தன் மகனாகிய செங்குட்டுவன் தலைமையில் அனுப்பினான். அக்காலத்தில் இளவரசனாக இருந்த செங்குட்டுவன் கடற்படையோடு சென்று கடல்தீவிலிருந்த குறும்பருடன் போர் செய்து அவர்களை வென்று அவர்கள் காவல் மரமாக வளர்த்து வந்த பேர் போன கடம்ப மரத்தைத் துண்டு துண்டாக வெட்டி அதனால் முரசு செய்தான். கடல் குறும்பர்கள் அடியோடு ஒழிந்தனர். அதன் பிறகு யவனக் கப்பல்கள் வாணிகத்தின் பொருட்டுச் சேர நாட்டுத் துறைமுகங்களுக்கு வந்து வாணிகஞ் செய்தன.

கடல் துருத்திப் போர் இமயவரம்பன் நெடுஞ்சேரலாதன் காலத்தில் அவன் மகனான சேரன் செங்குட்டுவன் இளவரசனாக இருந்த காலத்தில் நிகழ்ந்தது. அதனால் கடற்போரை வென்றவர்

இமயவரம்பன் நெடுஞ்சேரலாதன் என்றும் சேரன் செங்குட்டுவன் என்றும் பதிற்றுப்பத்து 2-ஆம் பத்தும், 5-ஆம் பத்தும் கூறுகின்றன. செங்குட்டுவன் கடற்போரைத் தானே முன்னின்று நடத்தி வெற்றிபெற்ற படியால் 'அவன் கடல்பிறக் கோட்டிய செங்குட்டுவன்' என்று பெயர் பெற்றான்.

இமயவரம்பன் நெடுஞ்சேரலாதன் கடற்போரை வென்ற செய்தியைப் பதிற்றுப்பத்து 2-ஆம் பத்து இவ்வாறு கூறுகிறது.

பலர் மொசிந்து ஓம்பிய திரள்பூங் கடம்பின்
கடியுடை முழுமுதல் துமிய ஏஎய்
வென்றெறி முழங்குபணை செய்த வெல்போர்
நாரரி நறவின் ஆர மார்பின்
போரடு தானைச் சேர லாத (2-ஆம் பத்து 1: 12-16)

என்று கூறுகிறது.

இதில் 'திரள் பூங்கடம்பின் கடியுடை முழு முதல் துமிய ஏய்' என்று கூறப்படுவது காண்க (ஏய்-ஏவி). நெடுஞ்சேரலாதன் கடற்போரைச் செய்யத் தன் மகனை ஏவினான் என்பதும்தான் நேரில் அப்போரைச் செய்யவில்லை என்பதும் இதனால் தெரிகின்றன.

இருமுந்நீர்த் துருத்தியுள்
முரணியோர்த் தலைச் சென்று
கடம்பு முதல் தடிந்த கடுஞ்சின முன்பின்
நெடுஞ்சே ரலாதன் வாழ்க அவன் கண்ணி

(2-ஆம் பத்து 10: 2-5)

என்று நெடுஞ்சேரலாதன் தன் கடற்போர் வென்ற செய்தி கூறப்படுகிறது. நெடுஞ்சேரலாதனுடைய மகனான கடல் பிறக்கோட்டிய செங்குட்டுவன் இக்கடற்போரை நேரில் சென்று நடத்தி வெற்றிபெற்றதைப் பதிற்றுப்பத்து 5-ஆம் பத்துச் செய்யுட்கள் கூறுகின்றன.

.... தானை மன்னர்
இனி யாருளரோ நின்முன்னு மில்லை
மழைகொளக் குறையாது புனல்புக நிறையாது

விலங்குவளி கடவும் துளங்கிருங் கமஞ்சூல்
வயங்குமணி இமைப்பின் வேலிடுபு
முழங்கு திரைப் பனிக்கடல் மறுத்திசினோரோ?

(5-ஆம் பத்து 5: 17-22)

இதில், கடற்போரைச் செய்தவர் செங்குட்டுவனுக்கு முன்னர் ஒருவருமிலர் என்று கூறப்படுவது காண்க. இதனால் கடற்போரைத் தன் தந்தையின் பொருட்டு முன்னின்று நடத்தியவன் செங்குட்டுவனே என்பது தெளிவாகத் தெரிகின்றது.

செங்குட்டுவன் கடற்போரைச் செய்ததைக் கூறுகிற செய்யுட்கள் வேறு சில உள்ளன. அவற்றையெல்லாம் இங்குக் காட்ட வேண்டியதில்லை என்று கருதுகிறோம்.

சேர அரசர் கடல் தீவிலிருந்த குறும்பரை வென்றதற்கும் துளு நாட்டு நன்னருக்கும் என்ன பொருத்தம், என்ன தொடர்பு என்று வாசகர்கள் கருதக்கூடும்.

கடல்தீவில் இருந்த குறும்பருக்கும் துளு நாட்டு நன்னருக்கும் நெருங்கிய தொடர்பு உண்டு.² இரண்டு காரணங்களைக் கொண்டு இருவருக்கும் தொடர்புண்டென்பதை யூகிக்கலாம். கடல்தீவு மிகச் சிறியது. அத்தீவிலிருந்தவர் தங்கள் தீவுக்கு அடுத்திருந்த நாட்டினரின் உதவி இல்லாமல் தனித்து இயங்கும் வாய்ப்பு உடையவர் அல்லர் என்பது முதல் காரணம். அந்தக் கடல்தீவு துளு நாட்டுக்கு அருகில் இருந்தபடியால் துளு நாட்டு அரசரின் ஆதிக்கத்தில் அது இருந்திருக்க வேண்டும் என்பது இரண்டாவது காரணம்.

எனவே, துளு நாட்டு நன்னனின் ஆதிக்கத்திலிருந்த கடல்தீவுக் குறும்பர், நன்னனுடைய ஏவுதலின்மேல், யவனக் கப்பல்கள் சேர நாட்டுத் துறைமுகங்களுக்குப் போகாதபடி குறும்பு செய்திருக்க வேண்டும். இக்காரணம் பற்றித்தான் சேர மன்னர் கடல் தீவுப் போரைச் செய்தது பற்றி இங்குக் கூற வேண்டியதாயிற்று.

முதலாம் நன்னனுடைய வரலாறு முழுமையும் தெரியவில்லை. ஆனால், அவனுக்கும் சேர அரசருக்கும் பரம்பரையாகப் பகைமை இருந்தது என்பது தெரிகிறது. இவன், இமயவரம்பன் நெடுஞ்சேரலாதனின் சமகாலத்தவனாதலால், அவன் இருந்த

காலமாகிய கி.பி.2-ஆம் நூற்றாண்டின் தொடக்கக் காலத்தில் இருந்தவனாதல் வேண்டும். அதாவது உத்தேசமாகக் கி.பி.100 முதல் 125 வரையில் முதல்ாம் நன்னன் இருந்தான் என்று கொள்ளலாம்.

இரண்டாம் நன்னன் [ஏறத்தாழ கி.பி. 125–150]

முதலாம் நன்னனுக்குப் பிறகு அவன் மகனான நன்னன் இரண்டாமவன் துளு நாட்டை அரசாண்டான். இவன் துளு இராச்சியத்தில் எல்லையை விரிவுபடுத்த முயன்றான். அந்த முயற்சியில் ஓரளவு வெற்றியையுங் கண்டான். சேர இராச்சியத்தின் வடக்கிலிருந்த சேரருக்கு உரிய பூழி நாட்டை வென்று அதைத் தன் துளு நாட்டுடன் சேர்த்துக் கொண்டான். மேலும், இவனுடைய துளு நாட்டுக்குக் கிழக்கே இருந்த கொங்கு நாட்டின் வடபகுதிகளைக் கைப்பற்றவும் முயற்சி செய்தான்.

இவனுடைய சேனைத் தலைவன் மிஞிலி என்பவன். மிஞிலி சிறந்த போர் வீரன். இவன் பாரம் என்னும் ஊரில் இருந்தான்.

முதலாம் நன்னன் காலத்துக்கு முன்பிருந்தே சேர அரசர் தென்கொங்கு நாட்டைச் சிறிது சிறிதாகக் கைப்பற்றித் தங்கள் சேர இராச்சியத்தோடு சேர்த்துக் கொண்டனர். அக்காலத்தில் கொங்கு நாட்டைச் சிறு சிறு குறுநில மன்னர் ஆண்டனர். சேர, சோழ, பாண்டிய நாடுகளில் பேரரசர் இருந்தது போலக் கொங்கு நாட்டில் பேரரசன் இல்லை. சிற்றரசர்கள் ஆட்சி செய்த கொங்கு நாட்டைச் சேர அரசரும் துளு நாட்டு அரசரும் முறையே தென் கொங்கு நாட்டையும் வட கொங்கு நாட்டையும் சிறிது சிறிதாகக் கைப்பற்றிக் கொண்டிருந்தார்கள். சேர அரசரும் துளு மன்னனும் கொங்கு நாட்டைக் கைப்பற்றுவதைக் கண்ட சோழ, பாண்டிய அரசர்களும் கொங்கு நாட்டில் தங்கள் ஆதிக்கத்தை நிலைநிறுத்த முயற்சி செய்தார்கள். இவ்வாறு, கொங்கு நாடு கடைச்சங்க காலத்தின் இறுதியில் (கி.பி. 2-ஆம் நூற்றாண்டில்) தமிழ் அரசர்களின் பொதுப் போர்க்களமாக இருந்தது.

கொங்கு நாட்டைச் சேர்ந்த உம்பற்காடு (யானை மலைப்பிரதேசம்) என்னும் பிரதேசத்தைச் சேரர் முதலில் கைப்பற்றினர். உம்பர் காட்டை வென்று அங்குத் தன் ஆட்சியை நிறுவினவன் பல்யானைச் செல்கெழு குட்டுவன் (3-ஆம் பத்து, பதிகம்) கொங்கு நாட்டின் ஒரு பகுதியான கொல்லிக் கூற்றத்தை அக்காலத்தில் ஓரி என்னும் சிற்றரசன் அரசாண்டான். அப்போது, சேர அரசன், மலையமான் திருமுடிக்காரி

என்பவனைத் தன் சேனைத் தலைவனாகக் கொணடு அவன் மூலமாக ஓரியைக் கொன்று ஓரியின் கொல்லிக் கூற்றத்தைக் கைப்பற்றினான். இவ்வாறு சேரர் கொங்கு நாட்டில் ஆதிக்கம் பெறுவது சோழ, பாண்டியருக்கு விருப்பமில்லை. மேலும், கொல்லிக் கூற்றத்துக்கு அருகில் இருந்த கொங்கு நாட்டின் மற்றொரு சிற்றரசனாகிய தகடூர் அதிகமான், சேரரும் துளு நாட்டு நன்னரும் கொங்கு நாட்டைக் கைப்பற்றிக் கடைசியில் தன்னையும் வென்றுவிடுவார்கள் என்று அஞ்சினான். இவ்வாறிருந்தபோது பசும்பூண் பாண்டியன் என்னும் பாண்டிய மன்னன், தென் கொங்கு நாட்டில் சேர அரசர் முன்னமே கைப்பற்றியிருந்த ஊர்களைத் தவிர ஏனைய ஊர்களைக் கைப்பற்றிக் கொண்டான்.

பசும்பூண் பாண்டியன்

பசும்பூண் பாண்டியனைத் தலையாலங்கானத்துச் செருவென்ற நெடுஞ்செழியன் என்று சிலர் தவறாகக் கருதுகிறார்கள். பசும்பூண் பாண்டியன் வேறு. நெடுஞ்செழியன் வேறு. தலையாலங்கானத்துச் செரு வென்ற நெடுஞ்செழியனுக்குப் பசும்பூண் செழியன் என்னும் பெயரும் உண்டு(புறம் 76: 9). பசும்பூண் செழியன் வேறு. பசும்பூண் பாண்டியன் வேறு. நெடுஞ்செழியனுக்கு மூன்று தலைமுறைக்கு முன்பு இருந்தவன் பசும்பூண் பாண்டியன். இதற்குச் சங்க நூல்களில் சான்றுகள் உள்ளன. இச்சான்றுகளைக் காட்டி விளக்குவதற்கு இது இடம் அன்று.

பசும்பூண் பாண்டியன், சேரன் செங்குட்டுவனுடைய தமயனான களங்காய்க் கண்ணி நார்முடிச்சேரலின் காலத்திலிருந்த பாண்டியன். பசும்பூண் பாண்டியன், கொங்கு நாட்டில் சில இடங்களை வென்று கைப்பற்றிக்கொண்டதனால், கொங்கு நாட்டுச் சிற்றரசர் சிலர் அவனுக்குக் கீழடங்கினார்கள். அவர்களில் முக்கியமானவன் தகடூரை அரசாண்ட அதிகமான் பரம்பரையைச் சேர்ந்த நெடுமிடல் அஞ்சி என்பவன். பாண்டியனுக்குக் கீழடங்கிய நெடுமிடல் அஞ்சி அப்பாண்டியனுடைய சேனைத் தலைவனாக அமைந்தான். பசும்பூண் பாண்டியன் கொங்கு நாட்டின் சில பகுதிகளை வென்று கைப்பற்றிக் கொண்டதை,

> வாடாப் பூவிற் கொங்கர் ஓட்டி
>
> நாடுபல தந்த பசும்பூண் பாண்டியன்

என்று அகநானூறு (செய்யுள் 253: 4-5) கூறுகிறது.

கொங்கு நாட்டுச் சிற்றரசர்களில் முதன்மையானவர் தகடூர் அரசரான அஞ்சியரசர்கள். அவ்வரச.பரம்பரையில் வந்த நெடுமிடல் அஞ்சி, பசும்பூண் பாண்டியனுக்குக் கீழடங்கியதோடு அப்பாண்டி யனுடைய சேனாதிபதியாகவும் அமைந்துவிட்டது கண்டு கொங்கு நாட்டார் அவனை வெறுத்தார்கள்.

அக்காலத்தில் சேர நாட்டு மன்னர் கொங்கு நாட்டின் சில இடங்களைக் கைப்பற்றியிருந்ததோடு அமையாமல் மேலும் ஊர்களைக் கைப்பற்றுவதற்கு முயற்சி செய்துகொண்டிருந்தார்கள். சங்க காலத்திலே கொங்கு நாட்டைச் சிற்றரசர் பலர் ஆட்சி செய்திருந்தார்களே தவிர; முடியுடைய பேரரசர் ஒருவரும் ஆட்சி செய்யவில்லை. ஆகவே சேர, சோழ, பாண்டிய அரசர்கள் அச்சிற்றரசர்களை எளிதில் வென்று கொங்கு நாட்டைச் சிறிது சிறிதாகக் கைப்பற்றிக் கொண்டிருந்தார்கள்.

கொங்கு நாட்டைக் கொஞ்சங் கொஞ்சமாகச் சேர அரசர் கைப்பற்றிக் கொண்டிருக்கும்போது, பசும்பூண் பாண்டியன் கொங்கு நாட்டில் புகுந்து அந்நாட்டு ஊர்கள் சிலவற்றைப் பிடித்துக் கொண்டது காரணமாகச் சேரர், பாண்டியன் மேல் பகை கொண்டனர். ஆகவே, அது காரணமாகச் சேர அரசர், பசும்பூண் பாண்டியனோடு போர் செய்ய நேரிட்டது. பாண்டியன் சேனையை அவன் சேனைத் தலைவனான நெடுமிடல் அஞ்சி தலைமை தாங்கி நடத்தினான். அவ்வாறு நடந்த சில போர்களில் நெடுமிடல் அஞ்சி தோல்வியும் அடைந்தான். இச்செய்தியைச் சங்கச் செய்யுட்களிலிருந்து அறிகிறோம்.

நெடுமிடல் சாயக் கொடுமிடல் துமியப்
பெருமலை யானையோடு புலங்கெட இறுத்து

(பதிற்றுப்பத்து நாலாம் பத்து 2: 10-11)

என்றும்,

நெடுமிடல் சாய்த்த பசும்பூண் பொருந்தலர்

(அகம் 266:12.)

என்றும் கூறுவது காண்க.

பாண்டியனின் துளு நாட்டுப் போர்

துளு நாட்டு நன்ன அரசர் தங்கள் நாட்டுக்கு அருகில் இருந்த வடகொங்கு நாட்டில் ஆதிக்கம் பெற முயன்றார்கள் என்று கூறினோம்.

அதனால், வடகொங்கு நாட்டைக் கைப்பற்ற முயன்ற பசும்பூண் பாண்டியனுக்குத் துளு நாட்டரசர் பகைவராயினர். பசும்பூண் பாண்டியன் துளு நாட்டின் மேல் படையெடுத்துச் சென்றான். பாண்டியன் சேனையை, அவனுடைய சேனைத் தலைவனான அதிகமான் நெடுமிடல் அஞ்சி நடத்திச் சென்று துளு நாட்டில் புகுந்தான். அவனை நன்னன் (இரண்டாமவன்) உடைய சேனைத் தலைவனான மிஞிலி என்பவன் பாழி என்னும் ஊருக்கருகில் எதிர்த்துப் போர் செய்தான். அப்போரில் அதிகமான் நெடுமிடல் அஞ்சி கொல்லப்பட்டு இறந்தான். இதை

கறையடி யானை நன்னன் பாழி
ஊட்டரு மரபின் அஞ்சுவரு பேய்க்
கூட்டெதிர் கொண்ட வாய்மொழி மிஞிலி,
புள்ளிற் கேம மாகிய பெரும் பெயர்
வெள்ளத் தானை அதிகன் கொன்று உவந்து
ஒள்வான் அமலை ஆடிய ஞாட்பு

(அகம் 142: 9-14)

என்று அகப்பாட்டு கூறுகிறது.

அதிகமான் நெடுமிடல் அஞ்சி துளு நாட்டில் பாழிப் போரில் இறந்த செய்தியைக் கேட்டு அவன் மேல் வெறுப்புக் கொண்டிருந்த கொங்கர் மகிழ்ச்சி கொண்டாடினார்கள் என்று குறுந்தொகைச் செய்யுள் கூறுகிறது.

கூகைக் கோழி வாகைப் பறந்தலைப்
பசும்பூண் பாண்டியன் வினைவல் அதிகன்
களிறொடு பட்ட ஞான்றை
ஒளிறுவான் கொங்கர் ஆர்ப்பு *(குறுந். 393: 3-6)*

என்று அச்செய்யுள் கூறுவது காண்க.

பசும்பூண் பாண்டியனுடைய துளு நாட்டுப் போர் தோல்வியாக முடிந்தது. துளு நாட்டரசன் நன்னன் இரண்டாமவன் வெற்றி பெற்றான். அதன் பிறகு பசும்பூண் பாண்டியனுடைய செய்தி ஒன்றும் தெரியவில்லை.

பாண்டியன் போர் முடிந்த பிறகு துளு நாட்டின் மேல் சேரன் போர் தொடுத்தான். சேரன் செங்குட்டுவனுடைய தமயனான களங்காய்க் கண்ணி நார்முடிச் சேரல். தனக்கு அடங்காமலும் தனக்கு எதிராகப் போர் செய்து கொண்டுமிருந்த நன்னனை அடக்குவதற்காகத் துளு நாட்டின் மேல் போர் தொடுத்தான்.

சேரன் போர்

நன்னன் இரண்டாமவன் தன் மேல் படையெடுத்து வந்த சேரனுடன் போர் செய்யவேண்டியவனானான். இந்தப் போர் மிகக் கடுமையாக இருந்தது. சேரன் நன்னனை அடியோடு அழிக்க வேண்டும் என்னும் உறுதியுடன் படையெடுத்துப் போய்ப் போர் செய்தான். சேரன் நன்னனை அழிக்க வேண்டிய காரணங்கள் மூன்று இருந்தன.

முதலாவது, நன்ன அரசர், சேர நாட்டுக்கு வரும் யவன வாணிகக் கப்பல்களைச் சேர நாட்டுக்கு வராதபடி தடுத்துக் குறும்பு செய்து கொண்டிருந்தார்கள். இந்தக் குறும்பை நார்முடிச் சேரலின் தந்தையராகிய இமயவரம்பன் நெடுஞ்சேரலாதன் (முதலாம் நன்னன் காலத்தில்) வென்றான் என்பதை மேலே கூறினோம்.

இரண்டாவது காரணம், நன்னன் இரண்டாமவன் சேர நாட்டுக்கு உரிய பூழி நாட்டைப் பிடித்துக் கொண்டான். இது களங்காய்க் கண்ணி நார்முடிச் சேரலின் காலத்தில் நடந்தது. ஆகவே, இழந்த பூழி நாட்டை மீட்டுக்கொள்ள வேண்டியது சேரனுடைய கடமையாக இருந்தது.

மூன்றாவது காரணம், நன்னன் வடகொங்கு நாட்டிலிருந்த புன்னாட்டைக் கைப்பற்றிக் கொண்டதாகும். அக்காலத்தில் புன்னாடு நீலக்கல் சுரங்கங்களுக்குப் பேர் பெற்றிருந்த செழிப்பான நாடாக இருந்தது. புன்னாட்டு நீலக் கற்களை உரோம தேசத்தார் விரும்பி வாங்கினார்கள். தமிழகத் துறைமுகங்களுக்கு வந்த யவனக் கப்பல் வாணிகர் சேர நாட்டு மிளகையும் புன்னாட்டு நீலக்கற்களையும் அதிக விலை கொடுத்து வாங்கிக் கொண்டு போனார்கள். கி.பி. 140க்கும் 169க்கும் இடையில் இருந்த தாலமி என்னும் யவனர் தமது நூலில் புன்னாட்டு நீலக்கற்களைப் பற்றியும் எழுதியுள்ளார். அவர் புன்னாட்டைப் பௌன்னாட என்று கூறுகிறார். புன்னாடு உள்நாட்டிலிருந்தது என்றும் அங்கு நீலக்கற்கள் கிடைத்தன என்றும்

அந்நாட்டைக் கடற்கொள்ளைக்காரர் அரசாண்டனர் என்றும் அவர் எழுதியுள்ளார்.

கடற்கொள்ளைக்காரர் அரசாண்டனர் என்று தாலமி கூறுவது, துளு நாட்டு நன்னர்களையாகும். நன்ன அரசர்கள் கடற்கொள்ளைக்காரரை ஆதரித்தவர்கள். யவனக் கப்பல்கள் சேரநாட்டுத் துறைமுகப்பட்டினங் களுக்கு வராதபடி கடற்கொள்ளைக்காரர்களைக் கொண்டு அவர்கள் தடுத்து வந்தார்கள். கடற்கொள்ளைக்காரரை ஆதரித்த நன்னன் புன்னாட்டைக் கைப்பற்றியிருந்தபடியால், புன்னாட்டைக் கடற்கொள்ளைக்காரர் அரசாண்டனர் என்று தாலமி கூறினார் போலும்.

புன்னாட்டின் தலைநகரம் கிட்டூர் என்பது. அதைச் சங்கச் செய்யுள் கட்டூர் என்று கூறுகிறது (அகம் 44: 10:9 -ஆம் பத்து, 2:2,10:30). பாசறைக்கும் கட்டூர் என்பது பெயர். ஆனால், இந்தக் கட்டூர் பாசறை அன்று கட்டூராகிய கிட்டூர் பிற்காலத்தில் கிட்டிபுரம் என்று வழங்கப்பட்டது. அவ்வூர் காவிரி ஆற்றின் கிளை நதியாக கப்பிணி ஆற்றின் கரைமேல் இருந்தது. புன்னாடு பிற்காலச் சரித்திரத்தில் 'புன்னாடு ஆறாயிரம்' என்று பெயர் பெற்றிருந்தது. (சங்க காலத்தில் வடகொங்கு நாட்டைச் சேர்ந்திருந்த புன்னாடு இப்போது மைசூர் இராச்சியத்துடன் இணைந்திருக்கிறது)

நீலக்கல் சுரங்கத்துக்குப் பேர் போன புன்னாட்டைத் துளு நாட்டு நன்னன் கைப்பற்றிக் கொண்டபடியால், கொங்கு நாட்டில் அவனுடைய ஆதிக்கம் பெருகும் என்றும்; அதனால் தன்னாட்டுக்கு ஆபத்து ஏற்படும் என்றும் அறிந்தான் சேர மன்னன். ஆகவே களங்காய்க் கண்ணி நார்முடிச்சேரல் நன்னனை அடக்கத் துளு நாட்டின் மேல் படையெடுத்தான். நன்னனுடைய பிடியிலிருந்து புன்னாட்டை விடுவிப்பதற்காகப் புன்னாட்டின் காப்பாகச் சேரன் நன்னன்மேல் படையெடுத்துச் சென்றான்.

முதற்போர்

களங்காய்க் கண்ணி நார்முடிச்சேரல் தன்னுடைய உறவினனும் சேனைத் தலைவனும் ஆகிய வெளியன் வேண்மான் ஆய்எயினன் என்பவன் தலைமையில் தன் சேனையைத் துளு நாட்டின் மேல் போர் செய்ய அனுப்பினான். வெளியன் வேண்மான் ஆய் எயினன் நன்னன்

மேல் படையெடுத்துச் சென்றான். அவனை நன்னனுடைய சேனைத் தலைவனான மிஞிலி என்பவன் பாழி என்னும் இடத்தில் எதிர்த்தான். கடுமையாக நடந்த அந்தப் போரில் ஆய்எயினன் இறந்து போனான். அதனால் சேரன் தோல்வியடைந்தான். இதனை

பொலம்பூண் நன்னன் புன்னாடு கடிந்தென
யாழிசை மறுகிற் பாழி யாங்கண்
அஞ்ச லென்ற ஆஅய்.எயினன்
இகலடு கற்பின் மிஞிலியோடு தாக்கித்
தன்னுயிர் கொடுத்தனன் சொல்லிய தமையாது

(அகம் 396: 2-6)

என்பதனாலும்,

வெளியன் வேண்மான் ஆஅய் எயினன்
அளியியல் வாழ்க்கைப் பாழிப் பறந்தலை
இழையணி யானை இயல்தேர் மிஞிலியொடு
நண்பகல் உற்ற செருவிற் புண்கூர்ந்து
ஒள்வாள் மயங்கமர் வீழ்ந்தென *(அகம் 208: 5-9)*

என்பதனாலும்,

.... ஒன்னார்
ஓம்பரண் கடந்த வீங்குபெருந் தானை
அடுபோர் மிஞிலி செருவேல் கடைஇ
முருகுறழ் முன்பொடு பொருதுகளஞ் சிவப்ப
ஆஅய் எயினன் வீழ்ந்தென *(அகம் 181: 3-7)*

என்பதனாலும்,

கடும்பரிக் குதிரை ஆஅய் எயினன்
நெடுந்தேர் மிஞிலியொடு பொருதுகளம் பட்டென

(அகம் 148: 7-8)

என்பதனாலும் அறிகிறோம்.

இரண்டாம் நன்னனுடைய சேனைத் தலைவனான மிஞிலி என்பவன் இப்போர்களை வென்றான். இந்த மிஞிலி, பாரம் என்னும்

ஊரின் தலைவன் என்று முன்னமே கூறினோம். இவன், பாண்டியன் சேனாதிபதியாக அதிகமான் நெடுமிடல் அஞ்சியையும், சேரன் படைத் தலைவனான வெளியன் வேண்மான் ஆய் எயினனையும் போரில் வென்றதை மேலே கூறினோம்.

இரண்டாம் போர்

களங்காய்க் கண்ணி நார்முடிச்சேரல் துளு நாட்டின் மேல் செய்த முதற்போரிலே தோல்வியடைந்தான். ஆனாலும், அவன் போர் முயற்சியை விட்டுவிடவில்லை. தானும் தன்னுடைய தம்பியாகிய சேரன் செங்குட்டுவனும் இளைய தம்பியாகிய ஆடுகோட்பாட்டுச் சேரலாதனும் முனைந்து நின்று இரண்டாம் முறையாகத் துளு நாட்டின் மேல் போர் செய்தார்கள். இது மும்முனைப் போராக இருந்தது. நார்முடிச்சேரல் துளு நாட்டின் தென்பகுதியில் நன்னனை எதிர்த்தான். சேரன் செங்குட்டுவன் துளு நாட்டின் மேற்குக் கடற்கரையோரமாகச் சென்று துளு நாட்டை எதிர்த்தான். ஆடுகோட்பாட்டுச் சேரலாதன் துளு நாட்டின் கிழக்குப் பக்கத்தை வடகொங்கு நாட்டில் (புன்னாட்டில்) இருந்து எதிர்த்தான்.

இப்போர் நிலைச் செருவாகச் சிலகாலம் நடந்தது. இந்த மும்முனைப் போரில் நன்னன் இரண்டாமவன் தோல்வியடைந்தான். நன்னனும் அவனுடைய சேனாதிபதியாகிய மிஞிலியும் போரில் இறந்துபோனார்கள். இப்போர் கடம்பின் பெருவாயில் (வாகைப் பெருந்துறை) என்னும் இடத்தில் நடந்தது. இரண்டாம் போர் நார்முடிச்சேரலுக்கு முழு வெற்றியாக இருந்தது. களங்காய்க் கண்ணி நார்முடிச்சேரல், தான் இழந்திருந்த பூழி நாட்டை மீட்டுக்கொண்டதோடு துளு நாட்டையும் தனக்குக் கீழ்ப்படுத்தினான். நார்முடிச் சேரல் துளு நாட்டுப் போரில் அடைந்த வெற்றியைப் பதிற்றுப்பத்து 4-ஆம் பத்து இவ்வாறு கூறுகிறது.

> ஊழின் ஆகிய உயர்பெருஞ் சிறப்பிற்
> பூழிநாட்டைப் படையெடுத்துத் தழீஇ
> உருள்பூங் கடம்பின் பெருவாயில் நன்னனை
> நிலைச் செருவின் ஆற்றலை யழித்து அவன்
> பொன்படு வாகை முழுமுதல் தடிந்து

குருதிச் செம்புனல் குஞ்சரம் ஈர்ப்பச்
செருப்பல செய்து செங்களம் வேட்டு   (பதிகம் 5-11)

பொன்னங் கண்ணிப் பொலந்தேர் நன்னன்
சுடர்வீ வாகைக் கடிமுதற் றடித்த
தார்மிகு மைந்தின் நார்முடிச் சேரல்

(4-ஆம் பத்து 10:14-16)

நார்முடிச் சேரலின் தம்பியாகிய சேரன் செங்குட்டுவன் இப்போரில் துளு நாட்டின் கடற்கரைப் பகுதியில் இருந்த வியலூர், கொடுகூர் என்னும் ஊர்களைக் கைப்பற்றிய செய்தியைக் கீழ்க்கண்ட செய்யுள்களினால் அறிகிறோம்.

உறுபுலி யன்ன வயவர் வீழச்
சிறுகுரல் நெய்தல் வியலூர் நூறி
அக்கரை நண்ணிக் கொடுகூர் எறிந்து

(5-ஆம் பத்து : 10-12)

கறிவளர் சிலம்பில் துஞ்சும் யானையின்
சிறுகுரல் நெய்தல் வியலூர் எறிந்தபின்

(சிலம்பு: நடுகல். 114-115)

இப்போரின் போது செங்குட்டுவன், துளு நாட்டின் துறை முகப்பட்டினமான நறவு என்னும் பட்டினத்தையும் பிடித்தான்.

இவ்வாறு களங்காய்க்கண்ணி நார்முடிச் சேரல் தன் தம்பியருடன் சேர்ந்து துளு நாட்டை வென்று அடக்கினான். இவ்வெற்றியைக் கல்லாடனார் மிகத் தெளிவாகக் கூறுகிறார்.

.... குடாஅது
இரும்பொன் வாகைப் பெருந்துறைச் செருவில்
பொலம்பூண் நன்னன் பொருதுகளத் தொழிய
வலம்படு கொற்றந் தந்த வாய்வாள்
களங்காய்க் கண்ணி நார்முடிச் சேரல்
இழந்த நாடுதந் தன்ன வளம்   (அகம் 199: 18-24)

பிறகு துளு நாடு சேரரின் ஆட்சிக்குட்பட்டது.

நன்னன் மூன்றாமவன் [ஏறத்தாழ கி.பி. 150–180]

இரண்டாம் நன்னனுடைய மகனான மூன்றாம் நன்னன் சேரருக்கு அடங்கித் துளு நாட்டை அரசாண்டான். அவன் தான் சேரனுக்கு அடங்கியவன் என்பதற்கு அடையாளமாக நன்னன் உதியன் என்று பெயர் பெற்றிருந்தான். நன்னன் என்பது துளு நாட்டு அரசரின் குடிப்பெயர். உதியன் என்பது சேர நாட்டு அரசரின் குடிப்பெயர். எனவே நன்னன் உதியன் என்பதற்குச் சேரர் ஆட்சிக்கு உட்பட்ட நன்னன் என்பது பொருள். 'நன்னன் உதியன் அருங்கடிப்பாழி' *(அகம் 258:1)*

சேரர் துளு நாட்டைத் தமது ஆட்சியின் கீழ்க் கொண்டு வந்த பிறகு புன்னாடும் அதன் தலைநகரமான கட்டூரும் சேரர் ஆட்சிக்குட்பட்டன.

நன்னன் மூன்றாமவன் சேர அரசர்களுக்கு அடங்கித் துளு நாட்டை அரசாண்டான். பெரும்பூட்சென்னி என்னும் சோழன் வடகொங்கு நாட்டிலிருந்த புன்னாட்டின் தலைநகரமான கட்டூரின் மேல் படையெடுத்துச் சென்றபோது, சேர அரசன் சார்பாக அக்கட்டூர்ப் போரில் சோழனை எதிர்த்த சிற்றரசர்களில் இந்த நன்னன் உதியனும் ஒருவன் என்று தெரிகிறான். கட்டூரின் மேல் படையெடுத்து வந்த பெரும்பூட் சென்னியின் சேனைத் தலைவனாகிய பழையன் என்பவனை எதிர்த்தவர்கள் இந்த நன்னனும், ஏற்றை, அத்தி, கங்கன், கட்டி, புன்றுறை என்பவர்களும் ஆவர்.

நன்னன், ஏற்றை, நறும்பூண் அத்தி
துன்னருங் கடுந்திறல் கங்கன், கட்டி
பொன்னணி வல்விற் புன்றுறை என்றாங்கு
அன்றவர் குழீஇய அளப்பருங் கட்டூர்ப்
பருந்துபடப் பண்ணிப் பழையன் பட்டென

(அகம் 44: 7-11)

நன்னன் மூன்றாமவனுக்குப் பிறகு துளு நாட்டை அரசாண்டவர் யார் என்பது தெரியவில்லை. மூன்றாம் நன்னனுடைய பரம்பரையினரே தொடர்ந்து ஆண்டிருக்கக்கூடும். துளு நாட்டை வென்ற பிறகு நார்முடிச் சேரல் செங்குட்டுவன் இவர்களின் தம்பியாகிய ஆடுகோட் பாட்டுச் சேரலாதன், துளு நாட்டுத் துறைமுகப்பட்டினமாகிய நறவு (நாறாவி) என்னும் பட்டினத்தில் தங்கியிருந்தான் என்று கூறப்படுகின்றன.

> அறாஅ விளையுள் அறாஅ யாணர்த்
> தொடைமடி களைந்த சிலையுடை மறவர்
> பொங்குபிசிர்ப் புணரி மங்குலொடு மயங்கி
> வருங்கடல் ஊதையிற் பனிக்கும்
> துவ்வா நறவின் சாயினத் தானே

(6-ஆம் பத்து 10: 8-12)

துளு நாட்டு நன்னரைப் பற்றிச் சங்க நூல்களில் இவ்வளவுதான் காணப்படுகின்றன. நன்னருடைய வரலாறு இவ்வளவோடு முற்றுப் பெறுகிறது.

குறிப்பு:

நன்னன் என்னும் பெயருள்ள வேறு சிற்றரசர்களும் இதே காலத்தில் (கி.பி. 2-ஆம் நூற்றாண்டு) இருந்தனர். அவர்களைத் துளு நாட்டு நன்ன அரசர்கள் என்று சிலர் தவறாகக் கூறுகிறார்கள். தொண்டை நாட்டில் பல்குன்றக் கோட்டத்தில் செங்கண்மா என்னும் ஊரின் அரசனான செங்கண் மாத்துவேள் நன்னன் சேய் நன்னன் என்பவன் ஒருவன் இருந்தான். அவன் மீது பாடப் பட்டது மலைபடுகடாம் என்னும் கூத்தர் ஆற்றுப்படை. இந்த நன்னன் வேறு. துளு நாட்டு நன்னன் வேறு. நன்னன் ஆஅய் (அகம் 356:19) என்பவனுந் துளு நாட்டு நன்னன் அல்லன். நன்னன் என்னும் பெயர் ஒற்றுமையினால் அப்பெயருள்ளவர் எல்லோரையும் துளு நாட்டு வேள் அரசராகிய நன்னருடன் சேர்த்தல்கூடாது.

அடிக்குறிப்பு

1. Beginnings of South Indian History. S. Krishnaswamy Ayyangar. pp. 84, 85)

2. நன்னனுடைய ஏழில்மலை கடற்கரைக்கு அருகிலே ஒரு மைல் தூரத்தில் இருக்கின்றது. இந்த மலை, கடலில் 27 மைல் தூரம் தெரிகிறது. இம்மலை மேலிருந்து பார்த்தால் கடலில் தூரத்தில் வருகிற கப்பல்களைக் காணலாம், சங்க காலத்துக்கு மிகப் பிற்காலத்திலே, இன்றைக்கு 500 ஆண்டுகளுக்கு முன்னே போர்ச்சுகல் தேசத்திலிருந்து இந்தியாவுக்கு முதல்முதல் வந்த வாஸ்கோடகாமா என்பவன், இந்தத் துளு நாட்டு ஏழில்மலையைக் கடலில் தூரத்தில் வரும்போதே கண்டு இதன் அடையாளத்தைக் கொண்டு இதன் அருகில் கண்ணனூரில் வந்து தங்கினான். ஏழில்மலைக்கருகில் கடல் கொள்ளைக்காரர்கள் இருந்தார்கள் என்று பிற்காலத்தில் இந்தியாவுக்கு வந்த மேல்நாட்டு யாத்திரிகர்கள் எழுதியிருக்கிறார்கள். எனவே, கி.பி. முதல் நூற்றாண்டிலிருந்து (கடைச்சங்க காலத்திலிருந்து) துளு நாட்டில் கடற்கொள்ளைக்காரர் இருந்தனர் என்று கருதலாம்.

3

நன்னர் காலம்

துளு நாட்டு அரசர்களைப் பற்றிய வரலாறு கி.பி. 4-ஆம் நூற்றாண்டுக்குப் பிறகு கிடைக்கின்றன. ஆனால், அவ்வரசர்கள் நன்ன அரசர் பரம்பரையினர் அல்லர். வேறு அரச பரம்பரையினர். ஆனால், சங்க காலத்துத் துளு நாட்டின் பழைய வரலாறு சங்க நூல்களைத் தவிர வேறெங்கும் கிடைக்கவில்லை. சங்க நூல்களிலே துளு நாட்டைப் பற்றியும் துளு மன்னர்களைப் பற்றியும் கூறியுள்ளவற்றை மேலே விளக்கிக் கூறினோம். மூன்று நன்னர் இருந்ததையும் அவர்கள் ஏறத்தாழக் கி.பி.100 முதல் 180 வரையில் இருந்தார்கள் என்பதையும் கூறினோம். இதுவே ஏறத்தாழச் சரியான காலம் என்பதை இங்கு விளக்குவோம்.

1.இமயவரம்பன் நெடுஞ்சேரலாதன் சேர நாட்டை அரசாண்ட காலத்தில் துளு நாட்டை முதலாம் நன்னன் அரசாண்டான் என்று கூறினோம். நன்னன் ஆட்சிக் காலத்திலே அவனுடைய மகனான இரண்டாம் நன்னன் இளவரசனாக இருந்தான் என்பது சொல்லாமலே அமையும். முதலாம் நன்னனுடைய ஆட்சிக் காலத்தில் அவன் ஆட்சிக்குட்பட்டிருந்த கடல் துருத்தியில் (கடல் தீவில்) குறும்ப அரசன் ஒருவன் நெடுஞ்சேரலாதனுக்கு எதிராகக் குறும்பு செய்தான் என்றும், அவனை நெடுஞ்சேரலாதன் கடற்போரில் வென்று அடக்கினான் என்றும் கூறினோம். அந்தக் கடற்போரை நேரில் சென்று நடத்தியவன் அவனுடைய இளைய மகனான சேரன் செங்குட்டுவன்(கடல் பிறக்கோட்டிய குட்டுவன்) என்றுங் கூறினோம். அப்போது செங்குட்டுவன் இளவரசனாக இருந்தான் என்பதையும் தெரிவித்தோம். ஆகவே, முதலாம் நன்னனும் இமயவரம்பன் நெடுஞ்சேரலாதனும் சமகாலத்தினர் என்பது தெரிகின்றது.

2. இமயவரம்பன் நெடுஞ்சேரலாதன் இறந்த பிறகு சேர நாட்டை அரசாண்டவன் அவனுடைய மூத்த மகனான களங்காய்க்கண்ணி

நார்முடிச் சேரல். இவன் காலத்தில் துளு நாட்டை அரசாண்டவன் நன்னன் இரண்டாமவன். களங்காய்க்கண்ணி நார்முடிச் சேரல் அரசாண்ட காலத்தில் அவனுடைய தம்பியாகிய சேரன் செங்குட்டுவனும் இளைய தம்பியாகிய ஆடுகோட்பாட்டுச் சேரலாதனும் சேர நாட்டின் வெவ்வேறிடங்களை ஆட்சி செய்தனர்.

நார்முடிச் சேரலின் காலத்தில் பாண்டி நாட்டையரசாண்டவன் பசும்பூண் பாண்டியன். பசும்பூண் பாண்டியனுடைய சேனைத் தலைவனாக இருந்தவன் தகடூர் அரசனாகிய அதிகமான் நெடுமிடல் என்பவன். அதிகமான் நெடுமிடலை நார்முடிச்சேரல் போரில் வென்றான். பிறகு, அதிகமான் நெடுமிடல் துளு நாட்டில் சென்று போர் செய்தான். அவனை நன்னன் இரண்டாமவனுடைய சேனைத் தலைவனான மிஞிலி என்பவன் போரில் கொன்று விட்டான்.

நார்முடிச் சேரல் சேனாதிபதியாகிய வெளியன் வேண்மான் ஆய்எயினன் என்பவனைத் துளு நாட்டின் மேல் போர் செய்ய அனுப்பினான். அவனை நன்னனுடைய சேனாதிபதி மிஞிலி போரில் கொன்றுவிட்டான். பிறகு நார்முடிச்சேரலும், அவன் தம்பியராகிய செங்குட்டுவனும், ஆடுகோட்பாட்டுச் சேரலாதனும் துளு நாட்டின்மேல் போர் செய்து நன்னன் இரண்டாமவனைப் போரில் கொன்று துளு நாட்டைக் கைப்பற்றினார்கள் என்பதைக் கூறினோம்.

நன்னன் இரண்டாமவன் இறந்த பிறகு அவனுடைய மகனான நன்னன் மூன்றாமவன் சேரருக்குக் கீழடங்கி நன்னன் உதியன் என்று பெயர் சூட்டிக்கொண்டு அரசாண்டான் என்பதையும் கூறினோம்.

மூன்று நன்னர்களும் இமயவரம்பன் நெடுஞ்சேரலாதன், அவன் மக்களான களங்காய்க் கண்ணி நார்முடிச் சேரல் செங்குட்டுவன் (கடல் பிறக்கோட்டிய குட்டுவன்), ஆடு கோட்பாட்டுச் சேரலாதன் என்பவர்களின் சமகாலத்தவர் என்பதை மேலே விளக்கிக் கூறினோம்.

துளு நாட்டுப் போர்களில் சேரன் செங்குட்டுவன் முக்கியமான பங்கு கொண்டிருந்தான். தன் தந்தை நெடுஞ்சேரலாதன் காலத்தில் நிகழ்ந்த கடற்போரில் தானே முன் நின்று போரை நடத்தி வெற்றி பெற்றான். தன் தமயனான நார்முடிச் சேரல் செய்த துளு நாட்டுப் போரில் இவன் முக்கிய பங்கு கொண்டு போரை வென்றான். இவைகளைப் பற்றி முன்பே விளக்கிக் கூறியுள்ளோம்.

இந்தப் போர்கள் எல்லாம் செங்குட்டுவனின் ஆட்சிக் காலத்தின் முற்பகுதியிலே முடிந்துவிட்டன. அவன் இளவரசனாக இருந்தபோது அரசாட்சி பெற்ற உடனே முடிவடைந்துவிட்டன.

சோழன் கரிகாலன் இறந்த பிறகு செங்குட்டுவனின் மைத்துனனான கிள்ளிவளவனுக்கும் ஒன்பது தாயாதிகளுக்கும் நடந்த அரசாட்சி உரிமைப் போரில், செங்குட்டுவன் தன் மைத்துனனுக்காகச் சோழமன்னர் ஒன்பது பேருடனும் போர் செய்து வென்று சோழ ஆட்சியைத் தன் மைத்துனனுக்குக் கொடுத்ததும், கங்கைக் கரைக்குச் சென்று கனகவிசயரை வென்று சிறைப்பிடித்துக் கொண்டுவந்ததும், கண்ணகிக்கு பத்தினிக்கோட்டம் அமைத்ததும் ஆகியவை எல்லாம் செங்குட்டுவனின் ஆட்சிக்காலத்தின் பிற்பகுதியில் துளு நாட்டுப் போர்கள் முடிந்த சில ஆண்டுகளுக்குப் பிறகு நிகழ்ந்தன.

3. இது வேறு விதமாகவும் தெளிவாகிறது. பரணர் என்னும் புலவர் மேலே கூறிய சேர அரசர் நன்ன அரசர்களின் சமகாலத்தில் இருந்தவர். அவர் நெடுஞ்சேரலாதன், நார்முடிச் சேரல், செங்குட்டுவன் ஆகிய சேர அரசர் காலத்திலும் நன்னன் முதலாமவன், நன்னன் இரண்டாமவன், நன்னன் மூன்றாமவன் என்னும் மூன்று துளுவ அரசர் காலத்திலும் இருந்தவர் என்பது அவருடைய பாடல்களினால் தெரிகின்றது.

இமயவரம்பன் நெடுஞ்சேரலாதன் ஆரிய அரசரை வென்றதையும், யவனரைச் சிறைப்பிடித்து வந்ததையும் இமயத்தில் வில் பொறித்ததையும் பரணர் கூறுகின்றார் (அகம் 396: 16-18). நெடுஞ்சேரலாதன் சோழன் வேற்பஃறடக்கைப் பெருவிறற் கிள்ளியுடன் போர் என்னும் இடத்தில் போர் செய்து இருவரும் புண்பட்டுப் போர்க்களத்தில் விழுந்து சில காலம் உயிர் போகாமல் கிடந்தபோது அவர்களைப் பரணர் நேரில் பாடியுள்ளார் (புறம் 63). இச்செய்யுளின் அடிக்குறிப்பு இவ்வாறு கூறுகிறது. "சேரமான் குடக்கோ நெடுஞ்சேரலாதனும் சோழன் வேற்பஃறடக்கைப் பெருவிறற் கிள்ளியும் போர்ப்புறத்துப் பொருது வீழ்ந்தாரை அக்காலத்திற் பரணர் பாடியது" என்று அக்குறிப்புக் கூறுகிறது.[1]

நெடுஞ்சேரலாதன் காலத்தில் இருந்த முதலாம் நன்னனையும் பரணர் தம்முடைய செய்யுட்களில் குறிப்பிட்டுள்ளார். அந்த நன்னன் பெண் கொலை புரிந்தவன் என்றும் (குறுந். 292: 1-5) அவனுடைய மாமரத்தைக் கோசர் சூழ்ச்சி செய்து வெட்டிவிட்ட செய்தியையும் (குறுந். 73: 2-4) பரணர் கூறுகின்றார்.

இதனால் பரணரும் நெடுஞ்சேரலாதனும் முதலாம் நன்னனும் சமகாலத்திலிருந்தவர் என்பது தெரிகின்றது.

நெடுஞ்சேரலாதன் இறந்த பிறகு அவன் மகனான நார்முடிச் சேரல் சேர நாட்டை அரசாண்டான். நார்முடிச்சேரல் அதிகமான் நெடுமிடல் என்பவனை வென்றான் என்று பதிற்றுப்பத்து (4-ஆம் பத்து 2:10) கூறுகிறது. நார்முடிச் சேரல் வென்ற நெடுமிடல் என்பவனைப் பரணருங் கூறுகிறார். பசும்பூண் பாண்டியனின் சேனாதிபதி அதிகமான் நெடுமிடல் என்றும் அவனை அவனுடைய பகைவர் அரிமண வாயில் உரத்தூர் என்னும் ஊரில் வென்றனர் என்றும் (அகம் 266:10-14), பிறகு அவன் துளு நாட்டு வாகைப் பறந்தலைப் போரில் இறந்து போனான் என்றும் (குறுந். 393:3-6), அவன் நன்னன் (இரண்டாவன்) உடைய சேனாதிபதியாகிய மிஞிலியால் கொல்லப்பட்டான் என்றும் கூறுகிறார். (அகம் 142: 9-13).

நார்முடிச் சேரலின் சேனாதிபதியாகிய வெளியன் வேண்மான் ஆய்எயினன் என்பவன் நன்னன் (இரண்டாவன்) உடைய சேனாதிபதி மிஞிலியால் கொல்லப்பட்ட செய்தியையும் பரணர் கூறுகிறார். (அகம் 148: 7-8, 181:4-7, 208:5-9, 396: 2-6).

இதனால், பரணர் நார்முடிச் சேரல், அதிகமான் நெடுமிடல், நன்னன் இரண்டாமவன், அவனுடைய சேனாதிபதி மிஞிலி ஆகியோர் காலத்தில் இருந்தவர் என்பது தெரிகின்றது.

நெடுஞ்சேரலாதனின் இரண்டாவது மகனும் நார்முடிச் சேரலின் தம்பியுமாகிய சேரன் செங்குட்டுவனைப் பரணர் பதிற்றுப்பத்து 5-ஆம் பத்துப் பாடினார். அதில் செங்குட்டுவனுடைய ஆட்சியின் முற்பகுதி நிகழ்ச்சிகளை மட்டும் கூறுகின்றார். செங்குட்டுவன் கடலில் சென்று கடற்போர் செய்து குறும்பரை அடக்கியதையும் மோகூர் மன்னனை வென்றதையும் சிறப்பித்துக் கூறுகிறார்.

(செங்குட்டுவன் காலத்துப் பிற்கால நிகழ்ச்சிகளான மைத்துன வளவனுக்காக ஒன்பது சோழரை வென்றதும், கங்கைக் கரையில் கனகவிசயரை வென்று சிறைப்பிடித்ததும், கண்ணகிக்குப் பத்தினிக் கோட்டம் அமைத்ததும் முதலிய பிற்கால நிகழ்ச்சிகளைப் பரணர் 5ஆம் பத்தில் கூறவில்லை. எனவே, இந்நிகழ்ச்சிகள் நிகழ்வதற்கு முன்னே 5-ஆம் பத்துப் பாடினார் என்பது தெரிகிறது.)[2]

நன்னன் மூன்றாமவனாகிய நன்னன் உதியனைப் பரணர் தம் செய்யுளில் கூறுகிறார் (அகம் 258:1-3). எனவே பரணர், செங்குட்டுவன், நன்னன் மூன்றாமவன் காலத்திலும் இருந்தவர் என்பது தெரிகின்றது.

இதனால், மூன்று நன்னர் காலத்திலும் நெடுஞ்சேரலாதன், அவன் மக்களாகிய நார் முடிச்சேரல் செங்குட்டுவன் ஆகியோர் காலத்திலும்

பரணர் இருந்தார் என்பது சந்தேகமில்லாமல் தெரிகின்றது. பரணர், சேரன் செங்குட்டுவன் ஆட்சியின் முற்பகுதியிலே காலஞ்சென்றிருக்க வேண்டும்.

4. சேரன் செங்குட்டுவன் வஞ்சிமா நகரத்தில் பத்தினிக் கோட்டம் அமைத்துச் சிறப்புச் செய்தபோது அவ்விழாவுக்குக் 'கடல்சூழ் இலங்கைக் கயவாகு வேந்தன்' (முதலாம் கஜபாகு) வந்திருந்தான் என்று சிலப்பதிகாரம் கூறுகிறது. கஜபாகு அரசன் கி.பி. 173 முதல் 195 வரையில் அரசாண்டான். செங்குட்டுவனின் ஆட்சிக் காலத்தின் இறுதியில் கஜபாகு ஆட்சிக்கு வந்தான். செங்குட்டுவன் ஐம்பத்தைந்து ஆண்டு அரசாண்டான் என்று 5-ஆம் பத்தின் பதிகக் குறிப்புக் கூறுகிறது. இது அவனுடைய இளவரசு ஆட்சிக் காலமும் சேர்ந்ததாகும்.

செங்குட்டுவன் பத்தினிக்கோட்டம் அமைத்த காலத்தில் அவன் தலை நரைத்து முதிர்ந்த வயதுடையவனாய் இருந்தான் என்று கூறப்படுகிறான். செங்குட்டுவன் உத்தேசம் கி.பி. 180-இல் காலஞ்சென்றிருக்க வேண்டும். அவன் பத்தினிக் கோட்டம் அமைத்தது ஏறத்தாழ கி.பி. 175-இல் இருக்கலாம். அவன் 55 ஆண்டு ஆட்சி செய்தான் என்பதனால், அவன் ஏறத்தாழ கி.பி. 125 முதல் 180 வரையில் அரசாண்டான் என்று கருதலாம்.

கி.பி.125-இல் இளவரசுப் பட்டம் பெற்றபோது செங்குட்டுவனுக்கு ஏறத்தாழ இருபது வயதிருக்கலாம். அவனுடைய தந்தையான நெடுஞ்சேரலாதன் ஐம்பத்தெட்டாண்டு அரசாண்டான் என்று கூறப்படுகிறான். எனவே, அவன் ஏறத்தாழ கி.பி. 72 முதல் 130 வரையில் அரசாண்டிருக்கக்கூடும். அவனுடைய மூத்த மகனான நார்முடிச் சேரல் இருபத்தைந்து ஆண்டு அரசாண்டான் என்பதனால் (இளவரசுக் காலத்தையும் சேர்த்து) ஏறக்குறைய கி.பி. 120 முதல் 145 வரையில் அரசாண்டிருக்க வேண்டும். சேரன் செங்குட்டுவன் ஏறத்தாழ கி.பி. 125 முதல் 180 வரையில் அரசாண்டிருக்கக்கூடும்.

எனவே, இமயவரம்பன் நெடுஞ்சேரலாதனின் சமகாலத்தவனாகிய முதலாம் நன்னன் ஏறத்தாழ கி.பி. 100 முதல் 125 வரையிலும் அவன் மகனான இரண்டாம் நன்னன் ஏறத்தாழ கி.பி. 125 முதல் 150 வரையிலும் அவன் மகனான மூன்றாம் நன்னன் ஏறத்தாழ கி.பி. 150 முதல் 180 வரையிலும் அரசாண்டிருக்கக் கூடும் என்றும் கருதலாம்.

அடிக்குறிப்பு

1. இந்தச் சேரனும் சோழனும் போர்ப் புறத்தில் புண்பட்டு விழுந்து உயிர் போகாமல் கிடந்தபோது கழாத்தலையார் என்னும் புலவரும் இவர்களை நேரில் பாடினார் (புறம் 368).

2. வயது முதிர்ந்தவரான பரணர் செங்குட்டுவன் மேல் 5 ஆம் பத்துப் பாடிய பிறகு சில காலத்துக்குப் பின்னர் இறந்துபோனார். இந்த வரலாற்றை அறியாத சிலர், செங்குட்டுவன் பத்தினிக் கோட்டம் அமைத்ததும் இமயம் சென்றதும் முதலிய செய்திகளை அவனைப் பாடிய 5-ஆம் பத்தில் கூறாதபடியால் இவை பிற்காலத்தில் கட்டப்பட்ட கதைகள் என்று கூறுகிறார்கள். பிற்காலத்தில் நிகழ்ந்த செய்திகளை முன்னமே இறந்துபோன பரணர் எவ்வாறு கூறமுடியும்? செங்குட்டுவன் ஆட்சிக் காலத்தின் பிற்பகுதியில் நடந்த இச்செய்திகளைச் செங்குட்டுவனின் தம்பியாகிய இளங்கோவடிகள் சிலப்பதிகாரத்தில் கூறினார். செங்குட்டுவன் காலத்துக்குப் பிறகு, அவனைப் பரணர் பாடிய 5-ஆம் பத்தின் பதிகத்தில் அவனுடைய பிற்கால நிகழ்ச்சிகளைக் குறித்து வைத்தனர். ஆழ்ந்து ஆய்ந்தோய்ந்து பாராமல் மேற்புல்லை மேய்கிற ஆராய்ச்சிக்காரர்களுக்கு உண்மைச் செய்திகள் புலப்படா. பரணர், செங்குட்டுவன் ஆட்சியின் முற்பகுதியிலேயே காலமானார் என்பதை உணராமல், அவர் செங்குட்டுவனின் இறுதிக் காலத்தில் 5-ஆம் பத்துப் பாடினார் என்று தவறாகக் கருதிக்கொண்டு இவ்வாறெல்லாம் எழுதிவிட்டனர்.

4

நன்னரைப் பற்றிய செய்யுட்கள்

நன்ன அரசரையும் அவர்களின் துளு நாட்டையும் பற்றிய செய்யுட்கள், சங்கச் செய்யுட்களில் காணப்படுகின்றன. அப்பாடல் களில் சரித்திர சம்பந்தமான பாடல்களை இந்நூலுள் ஆங்காங்கே மேற்கோள் காட்டினோம். மேற்கோள் காட்டப்படாத வேறு செய்யுள்களை இங்கே காட்டுகிறோம்.

நன்னனுடைய பாரம் என்னும் ஊரையும் அவனுடைய ஏழில் மலையைச் சார்ந்த பாழிக் குன்றையும் பரணர் பாடியுள்ளார்.

இசைநல் ஈகைக் களிறுவீசு வண்மகிழ்ப்
பாரத்துத் தலைவன் ஆர நன்னன்
ஏழில் நெடுவரைப் பாழிச் சிலம்பிற்
களிமயில் கலாவத் தன்ன *(அகம் 152: 11-14)*

நன்னனுடைய பிறந்த நாள் விழா, ஊரில் சிறப்பாகக் கொண்டாடப்பட்ட செய்தியை மாங்குடி மருதனார் தமது மதுரைக் காஞ்சியில் கூறுகிறார்.

பேரிசை நன்னன் பெரும்பெயர் நன்னாள்
சேரிவிழவின் ஆர்ப்பெழுந் தாங்கு

(மதுரைக்காஞ்சி 618: 619)

நன்னனுடைய துளு நாட்டில் பாழி என்னும் நகரத்தில் பெருநிதி சேமித்து வைக்கப்பட்டிருந்ததை மாமூலனார் கூறுகிறார்.

மெய்ம்மலி பசும்பூண் செம்மற் கோசர்
கொம்மையம் பசுங்காய்க் குடுமி விளைந்த
பாக லார்கைப் பறைக்கட் பீலித்
தோகைக் காவின் துளு நாட்டன்ன

மயிலை சீனி. வேங்கடசாமி 45

வறுங்கை வம்பலர்த் தாங்கும் பண்பின்
செறிந்த சேரிச் செம்மல் மூதூர்
அறிந்த மாக்கட்கு ஆகுகதில்ல
தோழிமாரும் யானும் புலம்ப
சூழியானைச் சுடர்ப்பூண் நன்னன்
பாழி யன்ன கடியுடை வியனகர் *(அகம் 15: 2-11)*

நன்னனுடைய துளு நாட்டில் உள்ள உயரமான மலைகளிலே வளர்ந்த மூங்கிற் காடுகளில் முதிர்ந்த மூங்கில் வெடித்து அதிலிருந்து முத்து (வேய் முத்து) சிதறுவதை முள்ளியூர்ப் பூதியார் கூறுகிறார்.

.... பல புரி
வார்கயிற் றொழுகை நோன்சுவற் கொளீஇப்
பகடுதுறை யேற்றத் துமண்விளி வெரீஇ
உழைமான் அம்பிணை யினனிரிந் தோடக்
காடுகவின் அழிய உரைஇக் கோடை
நின்றுதின விளிந்த அம்பிணை நெடுவேய்க்
கண்விடத் தெறிக்கு மண்ணா முத்தம்
கழங்குறழ் தோன்றல பழங்குழித் தாஅம்
இன்களி நறவின் இயல்தேர் நன்னன்
விண்பொரு நெடுவரைக் கவாஅன்
பொன்படு மருங்கின் மலை இறந்தோரே *(அகம் 173: 8-18)*

நன்னனுடைய துளு நாட்டிலிருந்த ஒரு கோட்டையின்மேல் பகை மன்னன் ஒருவன் படையெடுத்து வந்து கோட்டையை முற்றுகையிட்டான். கோட்டையிலிருந்த நன்னனுடைய வீரர்கள் எதிர்த்துப் போராடினார்கள். ஆனால், அவர்கள் தோற்றுப் போகும் நிலையில் இருந்தார்கள். அதனையறிந்த நன்னன் உடனே தன் சேனைகளுடன் வந்து முற்றுகையிட்ட மன்னனை ஓட்டிக் கோட்டையைக் காப்பாற்றினான். இந்தச் செய்தியை மோசிகீரனார் என்னும் புலவர் கூறுகிறார்.

வினைதவப் பெயர்ந்த வென்வேல் வேந்தன்
முனைகொல் தானையொடு முன்வந் திறுப்பத்
தன்வரம் பாகிய மன்னெயில் இருக்கை
ஆற்றா மையிற் படித்த வேல்வலித்
தோற்றம் பிழையாத் தொல்புகழ் பெற்ற

விழைதக ஓங்கிய கழைதுஞ்சு மருங்கிற்
கானமர் நன்னன் *(அகம் 392: 21-27)*

குறிப்பு:

(படையெடுத்து வந்த மன்னன் சேர, சோழ, பாண்டியர்களில் யார் என்று கூறப்படவில்லை. முற்றுகையிடப் பெற்ற கோட்டையின் பெயருங் கூறப்படவில்லை. இவை கூறப்பட்டிருந்தால் துளு நாட்டுச் சரித்திரத்தில் ஒரு நிகழ்ச்சியைப் பெற்றிருப்போம். ஆனால், இதனைக் கூறிய மோசிகீரனார் சரித்திர நிகழ்ச்சியைக் கூறக் கருதியவர் அல்லர். அகப்பொருட் செய்தியொன்றுக்கு உவமை கூறவந்தவர் தற்செயலாக இந்நிகழ்ச்சியைக் கூறியுள்ளார்.)

நன்னன் தன் பகையரசரை வென்று அவரிடமிருந்து பெற்ற பொருளைப் புலவருக்கு வழங்கினான் என்னும் செய்தியை மாமூலனார் கூறுகிறார்.

.... ஞெமன்ன்
தெரிகோல் அன்ன செயிர்தீர் செம்மொழி
உலைந்த ஒக்கல் பாடுநர் செலினே
உரன்மலி உள்ளமொடு முனை பாழாக
அருங்குறும் பெறிந்த பெருங்கல வெறுக்கை
சூழாது சுரக்கும் நன்னன் *(அகம் 349: 3-8)*

மோசிகீரனார் என்னும் புலவர் நன்னனைப் (கொண்கானங் கிழானைப்) பாடிய செய்யுட்கள் புறநானூற்றில் தொகுக்கப்பட்டுள்ளன. அவை:

திரைபொரு முந்நீர்க் கரை நணிச் செலினும்
அறியுநர்க் காணின் வேட்கை நீக்கும்
சின்னீர் வினவுவர் மாந்தர் அதுபோல்
அரசர் உழைய ராகவும் புரைதபு
வள்ளியோர்ப் படர்குவர் புலவர் அதனால்
யானும்
பெற்ற தூதியம் பேறியா தென்னேன்
உற்றனென் ஆதலின் உள்ளிவந் தனனே
ஈயென விரத்தலோ வரிதே நீயது

நல்கினு நல்கா யாயினும் வெல்போர்
எறிபடைக் கொடா வாண்மை, யறுவைத்
தூவிரி கடுப்பத் துவன்றி மீமிசைத்
தண்பல இழிதரும் அருவிநின்
கொண்பெருங் கானம் பாடலெனக் கெளிதே

(புறம். 154)

திணை: பாடாண்திணை. துறை: பரிசிற்றுறை. கொண்கானங் கிழானை மோசிகீரனார் பாடியது.

வணர்கோட்டுச் சீறியாழ் வாடுபுடைத் தழீஇ
உணர்வோர் யாரென் இடும்பை தீர்க்கெனக்
கிளக்கும் பாண கேளினி நயத்தில்!
பாழூர் நெருஞ்சிப் பசலை வான்பூ
ஏர்தரு சுடரின் எதிர்கொண் டாஅங்கு
இலம்படு புலவர் மண்டை, விளங்கு புகழ்க்
கொண்பெருங் கானத்துக் கிழவன்
தண்டார் அகலம் நோக்கின மலர்ந்தே *(புறம் 155)*

திணை: பாடாண்திணை. துறை: பாணாற்றுப்படை கொண்கானங் கிழானை மோசிகீரனார் பாடியது.

ஒன்றுநன் குடைய பிறர்குன்றம், என்றும்
இரண்டுநன் குடைத்தே கொண்பெருங் கானம்
நச்சிச் சென்ற இரவலர்ச் சுட்டித்
தொடுத்துணக் கிடப்பினுங் கிடக்கும் அஃதான்று
நிறையருந் தானை வேந்தரைத்
திறைகொண்டு பெயர்க்குஞ் செம்மலும் உடைத்தே

(புறம் 156)

திணை: பாடாண்திணை. துறை: இயன்மொழி. கொண்கானங் கிழானை மோசிகீரனார் பாடியது.

5

துளு மொழியும் தமிழ் மொழியும்

கன்னட நாடு, ஆந்திர நாடு, மலையாள நாடுகளைப் போலவே துளு நாடும் திராவிட நாட்டைச் சேர்ந்தது. தமிழ், கன்னடம், தெலுங்கு, மலையாள மொழிகளைப் போலவே துளு மொழியும் திராவிட இன மொழியாகும். அசோகச் சக்கரவர்த்தியின் சாசனங்களிலே கூறப்படுகிற சத்திய புத்திர நாடு என்பது துளு நாடே என்பதை முன்னமே கூறியுள்ளோம்.

சங்க காலத்திலே துளு நாட்டில் வழங்கி வந்த மொழி தமிழ் என்பதையும் துளு நாட்டு அரசர் தமிழ்ப் புலவரை ஆதரித்ததையும், துளு நாட்டையும், துளு நன்னர்களையும், தமிழ்ப் புலவர் பாடிய செய்யுள்கள் சங்க இலக்கியங்களில் இடம் பெற்றிருப்பதையும் இந்நூலில் ஆங்காங்கே எடுத்துக்காட்டினோம். சங்க காலத்துக்குப் பிறகு, துளு நாட்டுக்கும் தமிழ் நாட்டுக்கும் இருந்த நெருங்கிய தொடர்பு அற்றுப் போனபடியினாலே, பிற்காலத்திலே துளு நாட்டுத் தமிழ் தனித்து நின்றது. பிறகு தமிழ் நாடாக இருந்த சேர நாடு, மொழி மாறுபட்டுக் கேரள நாடாகவும் மலையாள மொழியாகவும் மாறிப் போன காலத்தில், துளு நாட்டுத் தமிழுக்கும் தமிழ் நாட்டுத் தமிழ் மொழிக்கும் இருந்த தொடர்பு முழுவதும் அற்றுப் போய்விட்டது. அதனால், துளு நாட்டிலே வழங்கி வந்த தமிழ் மொழி பிற்காலத்திலே சிதைந்தும் திரிந்தும் மருவியும் உருமாறிவிட்டது. இவ்வாறு துளு மொழி தமிழினின்று அகன்று தன்னந்தனியே வளர்வதாயிற்று.

நெடுங்காலம் தனித்து ஒதுங்கியிருந்த போதிலும், இலக்கியம் படைக்காத வெறும் பேச்சு மொழியாகவும் கொச்சை மொழியாகவும் இருந்தபோதிலும், அது திராவிட மொழிகளிலிருந்து அதிகமாக

மாறுபடவில்லை. இந்திய தேசத்தின் வடமேற்கில் ஆப்கானிஸ்தானத்தில் அயல் மொழிகளுக்கு இடையிலே தன்னந்தனியே அகப்பட்டுக் கொண்ட 'ப்ருஃகூயி' என்னும் திராவிட மொழியைப் போல, வேற்று மொழிகளுக்கிடையே அகப்பட்டுக்கொள்ளாமல் துளு மொழி, திராவிட இன மொழிகளின் சூழ்நிலையிலே இருந்தபடியால் அதன் மொழி அதிகமாக மாறுபடவில்லை. அயல் மொழி பேசும் மக்கள் துளு நாட்டிலே வ்ராதபடி அதன் இயற்கைச் சூழ்நிலை இருந்தபடியாலும் அயல்மொழிக்காரர் துளு நாட்டில் நுழைந்த அந்த மொழியைக் கெடுக்கவில்லை.

நன்னரைப் பற்றிய செய்யுட்கள்

ஒரு மொழி இலக்கிய வளமும் கலை வளமும் பெற வேண்டுமானால், அம்மொழியைப் பேசுவோரின் எண்ணிக்கையும் கணிசமான அளவு இருக்க வேண்டும். அதிக அளவு மக்கள்தொகை இல்லாதபடியாலும் இருந்த மக்கள் தொகையில் பெரும்பகுதி மக்களைக் கன்னட மொழியும் மலையாள மொழியும் கவர்ந்து கொண்டபடியாலும், துளு நாட்டிலே துளு மொழி பேசுவோரின் தொகை குறைந்து போயிற்று. சேர நாட்டில் வழங்கிய தமிழ் மொழி பிற்காலத்தில் மலையாள மொழியாக மாறிப் போன பிறகு, அந்த மலையாள மொழி தன் நாட்டுக்கு அருகிலிருக்கும் துளு நாட்டின் தென் பகுதியில் ஆதிக்கம் செலுத்திற்று. அவ்வாறே, துளு நாட்டின் வடக்குப் பகுதியில் கன்னட மொழி ஆதிக்கம் பெற்றது. மலையாளமும் கன்னடமும் திராவிட மொழியாக இருந்த போதிலும் துளு மொழிக்கு அம்மொழிகள் வேற்றுமொழிகள் தானே. துளு நாட்டின் தெற்கிலும் வடக்கிலும் முறையே மலையாளமும் கன்னடமும் இடம்பெற்ற படியால், துளு நாட்டின் நடுப்பகுதியில் மட்டும் துளு மொழி நிலைபெறுவதாயிற்று.

சங்க காலத்திலும் அதன் பிற்காலத்திலும் ஏறக்குறைய கி.பி. 4ஆம் நூற்றாண்டு வரையில் தமிழ் பேசும் நாடாக இருந்த துளு நாடு, பிறகு அரசியலினால் தமிழ்நாட்டிலிருந்து பிரிந்து தனித்தியங்கிற்று. பிறகு துளு நாட்டுத் தமிழ் மொழிக்கும், தமிழ் நாட்டுத் தமிழ் மொழிக்கும் தொடர்பற்றுப் போன காரணத்தினால் துளு நாட்டுத் தமிழ் சிதைந்தும் மருவியும் மாறுபட்டுக் கொச்சை மொழியின் நிலைக்குக் குன்றிப் போயிற்று. இப்போது துளு மொழி பழைய மொழியிலிருந்து பெரிதும் மாறுபட்டுச் சிதைந்து இருக்கிறது. துளு நாடு தன் பழைய

இலக்கியத்தைக் கைவிடாமலிருந்தால் இந்தத் தாழ்ந்த நிலையை அடைந்திருக்காது.

சென்ற 19-ஆம் நூற்றாண்டிலே, ஆங்கிலேயர் ஆட்சிக் காலத்திலே, மேல் நாட்டுக் கிருஸ்துப் பாதிரிமார் துளு நாட்டு மக்களை மதமாற்றஞ் செய்ய முற்பட்டார்கள். அவர்கள் துளு மொழியிலே கிருஸ்து மத நூல்களை எழுதத் தொடங்கினார்கள். துளு மொழிக்குத் தனி எழுத்து இல்லாதபடியால், அவர்கள் அடுத்த நாடாகிய கன்னட நாட்டில் வழங்கிய கன்னட எழுத்தையே துளு மொழிக்கும் வழங்கினார்கள்.

துளு நாட்டின் தலைநகரமான மங்களூரில் கிருஸ்துவ மிஷனரிமார் பெஸல் மிஷன் பிரஸ் (The Basel Mission Press) என்னும் அச்சகத்தை அமைத்து, அதன் மூலமாகத் துளு மொழியில் கிருஸ்து மத நூல்களை வெளியிட்டார்கள். அந்த அச்சகத்தில் முதல்முதலாக மத்யூ அப்போஸ்தலரின் சுவிசேஷம் (Gospell of St.Mathew) என்னும் நூல் 1842-ஆம் ஆண்டில் வெளிவந்தது. இது லித்தோகிராப் என்னும் எழுத்தினால் அச்சிடப்பட்டது. புதிய ஏற்பாடு என்னும் விவிலிய நூல் 1859-இல் அச்சிடப்பட்டது. பரிகல் பாதிரியார் துளு மொழி இலக்கண நூலை (A Grammar of the Tulu Language by Rev.J. Brigal) ஆங்கில மொழியில் எழுதி 1872-ஆம் ஆண்டில் அச்சிட்டார். மவ்னர் பாதிரியார் துளு ஆங்கில அகராதியை (Tulu – English Dictionary by Rev. Mauner) எழுதி அச்சிட்டார். இவ்வாறு 19-ஆம் நூற்றாண்டில் துளு மொழியில் இலக்கியம் தோன்றிற்று. ஆனால், மேன் மேலும் துளு மொழி இலக்கியம் வளரவில்லை. இது வருந்தத்தக்கது.

பழைய காலத்திலிருந்தே துளுமொழியில் இலக்கிய நூல்கள் ஏற்பட்டிருக்குமானால், அவ்விலக்கிய நூல்கள் பழந்தமிழ்ச் சொற்களை ஒத்திட்டு ஆராய்வதற்குப் பெரிதும் துணையாக இருந்திருக்கும். சங்க காலத்து இலக்கியங்களில் வழங்கப்பட்டு இப்போது வழக்கிழந்து போன பல தமிழ்ச் சொற்கள் இன்றும் துளு மொழியில் சிதைந்தும் மருவியும் உருமாறி வழங்குகின்றன. பழமையான இலக்கியம் இல்லாத நிலையிலும் துளு மொழியில் பல தூய தமிழ்ச் சொற்கள் சிதைந்து காணப்படுகின்றன என்றால், பழைய இலக்கியங்களைத் துளு மொழி பெற்றிருக்குமானால், அத்துளு இலக்கியம் பழந்தமிழ்ச் சொற்களை ஆராய்வதற்கு எவ்வளவு பயனுள்ளதாக இருக்கும்.

தமிழ் மொழியில் இப்போது வழக்கிழந்து போன பழைய சொற்கள் இப்போதும் துளு மொழியில் சிதைந்து காணப்படுவதை இங்கு எடுத்துக் காட்டுவோம். அதற்கு முன்பு துளு நாட்டு

ஊர்ப்பெயர்கள் பல தமிழ்ச் சொல்லாக அல்லது திராவிட இனச் சொல்லாக இருப்பதைக் காட்டுவோம்.

கல்

கல்[1] என்னுஞ் சொல் சங்க இலக்கியங்களில் மலை அல்லது குன்று அல்லது மலைச் சிகரம் என்னும் பொருளில் வழங்கப்பட்டுள்ளதைக் காண்கிறோம். இச்சொல் இப்பொருளில் பிற்காலத்தில் தமிழில் வழக்கிழந்துவிட்டது. ஆனால், துளு நாட்டிலே கல் என்னுஞ் சொல் பழைய பொருளில் இன்னும் வழங்கி வருகிறது. கார்க்கல் என்பது கருநிறமுள்ள மலை என்னும் பொருளுடைய சொல் (கார் - கருமை, கல் - மலை). துளு நாட்டிலே கருநிறப் பாறைக் குன்றுகள் உள்ள ஒரு ஊர் இருக்கிறது. அவ்வூருக்குக் கார்க்கல் என்று பழைய பெயர் உண்டு. இப்போது அப்பெயர் சிதைந்து கார்கள என்று வழங்குகிறது (கார்க்கல் - கார்கல - கார்கள). இவ்வூரில் உள்ள கோமட்டேசுவரர் உருவம் பேர்போனது. 41 அடி 5 அங்குலம் உயரமுள்ள ஒரே கல்லினால் செய்யப்பட்ட இந்தக் கோமட்டேசுவரர் உருவம் கார்க்கல் நகரத்துக்குச் சிறப்பைத் தருகின்றது. கார்க்கல் (கார்கள) நகரத்தின் பெயரே இந்தத் தாலுகாவுக்குப் பெயராக அமைந்திருக்கிறது.

துளு நாட்டின் கிழக்கெல்லையாக அமைந்திருப்பது உயரமான மேற்குத் தொடர்ச்சி மலைகள் என்று கூறினோம். அந்த மலைகளில் உயரமான சிகரங்கள் கல் என்று பெயர் கூறப்படுகின்றன (கல் - மலை). ஆனெ கல்லு (ஆனைக்கல்). ஏர்கல்லு, அம்மெதி கல்லு, கடாயி கல்லு என்று அச்சிகரங்கள் பெயர் பெற்றிருக்கின்றன.

அங்காடி

அங்காடி என்னும் சொல் பழைய தமிழ்ச் சொல். இதன் பொருள் கடை, கடைத்தெரு என்பது. அல்லங்காடி. நாளங்காடி முதலிய அங்காடிகளைச் சங்க நூல்களில் காண்கிறோம். இச்சொல் இப்பொருளிலேயே இன்றும் தமிழ்நாட்டில் வழங்குகிறது. தெலுங்கிலே இச்சொல் 'அங்கடி' என்று வழங்குகிறது.

துளு நாட்டிலும் இப்பெயரையுடைய ஊர்கள் இருக்கின்றன. உப்பினங்கடி, பெள்தங்கடி, ஹொசங்கடி (புதிய அங்காடி) என்னும் பெயருள்ள ஊர்கள் துளு நாட்டில்இப்போதும் உள்ளன.

ஊர்

ஊர்[2] என்னும் சொல் திராவிட இனச் சொற்களுக்குப் பொதுவான ஒரு பழைய சொல். துளு நாட்டிலேயும் ஊர் என்னும் பெயருள்ள

பல ஊர்கள் இன்றும் உள்ளன. பைந்தூரு, பெர்டூரு, பார்கூரு, மங்களூரு, பாணெமங்களூரு, பசரூரு, கொல்லூரு, ஸீரூரு, பைலூரு, சங்வத்தூரு, ஜால்சூரு, புத்தூரு, வேணூரு என்னும் ஊர்கள் துளு நாட்டில் இப்போதுள்ள ஊர்கள்.

வெதிரி

வெதிரி என்னும் சொல் மூங்கில் என்னும் பொருளில் தமிழ்ச் சங்க நூல்களில் வழங்கப்பட்டுள்ளது. இச்சொல் தமிழுக்கு மட்டுமல்லாமல் திராவிட இனமொழிகளுக்குப் பொதுச் சொல்லாக இருந்தது. கன்னட மொழியிலும் துளு மொழியிலும் இச்சொல் பயிலப்படுகிறது. மூங்கில் காடாக இருந்த இடங்கள் வெதிரி என்று வழங்கிப் பிறகு பெதிரி என்று திரிந்துள்ளன. துளு நாட்டிலே மூடுபதிரி, படுபதிரி என்று இரண்டு ஊர்கள் உள்ளன. இவை மூடபத்ரி, படுபதிரி என்றும் மூடபதிரே, படுபதிரே என்றும் வழங்கப்படுகின்றன. மூடுவெதிரி, படுவெதிரி என்னும் பெயர்களே இவ்வாறு மருவி வழங்கப்படுகின்றன (மூடு, மூடல் - கிழக்கு, வெதிரி - மூங்கில் காடு, படு - மேற்கு, வெதிரி - மூங்கிற்காடு). மூங்கிற்காடாக இருந்து பிறகு ஊராக மாறிய இடம் என்பது இவற்றின் பொருள்.

துளு நாட்டில் சுப்பிரமணியம் என்னும் பெயருள்ள ஒரு மலையுண்டு. அதற்கு அடுத்த ஊருக்கு சுப்பிரமணியம் என்று பெயர் வழங்குகிறது. முருகனை மலைமேல் வைத்து வழிபட்டனர் பழந்தமிழர். குன்றுகளிலும் மலைகளிலும் முருகனை வழிபட்ட தமிழரைப் போன்றே துளு நாட்டினரும் முருகனை மலைமேல் வைத்து வழிபட்டனர். அந்த மலை அக்காலத்தில் முருகன் மலை என்று பெயர் இருந்திருக்கும். இப்போது முருகன் சுப்பிரமணியன் என்று பெயர் பெற்ற பிறகு, அந்த மலைக்குச் சுப்பிரமணியம் என்றே பெயர் கூறுகின்றனர். அந்த வழியாகப் பாயும் ஆற்றுக்குக் குமாரதாரீ என்று பெயர் கூறுகின்றனர். குமரன் - முருகன். குமாரதாரி என்பது முருகன் ஆறு என்னும் பொருள் உடையது.

இவ்வாறு துளு நாட்டின் இடப்பெயர்கள் பல தமிழ்ச் சொல்லாகவே அமைந்துள்ளன.

இனி, சங்க காலத்தில் வழங்கிப் பிறகு மறைந்துபோன தமிழ்ச் சொற்கள் இக்காலத்திலும் துளு மொழியில் சிதைந்தும் மருவியும் வழங்குவதைக் காட்டுவோம். பரவலாக சில சொற்களை மட்டும் ஆராய்வோம்.

தாழை

தாழை என்னுஞ் சொல் கைதை என்னும் தாழைப் புதருக்குப் பெயராக வழங்கப்படுகிறது. சங்க இலக்கியங்களிலே தாழை என்னுஞ் சொல் தென்னை மரத்துக்கும் பெயராக வழங்கப்பட்டிருந்தது. சங்க காலத்துக்குப் பிறகு தென்னை என்னும் பொருளில் தாழை என்னுஞ் சொல் வழக்கிழந்துவிட்டது. திருமுருகாற்றுப்படை, பொருநராற்றுப்படை, பெரும்பாணாற்றுப்படை, குறிஞ்சிப்பாட்டு, நற்றிணை முதலிய சங்க இலக்கியங்களிலே தென்னைமரம், தாழை என்று கூறப்பட்டிருக்கிறது. பிற்காலத்தில் இந்தச் சொல் வழக்கிழந்து போயிற்று. ஆனால், துளு மொழியிலே இச்சொல் இன்றும் வழங்கி வருகிறது. துளு மொழி, பிற்காலத்தில் ழகர எழுத்தை இழந்துவிட்டபடியால், ழகரத்துக்குப் பதிலாக றகர எழுத்தை வழங்குகிறது. எனவே தாழை என்னும் பழைய சொல் இப்போதைய துளு மொழியில் தாறெ என்று கூறப்படுகிறது. தாறெ என்றால் துளு மொழியில் (தாழை) தென்னை மரம் என்பது பொருள். இதனால் துளு மொழி மிகப் பழைய சொற்களைக் கொண்டிருக்கிறது என்பது தெரிகிறதல்லவா?

அறிவர்

அறிவன், அறிஞர் என்னுஞ் சொற்கள் தொல்காப்பியத்திலும் ஏனைய சங்க இலக்கியத்திலும் பயின்று வருகின்றன. அறிவன், அறிவர் என்னுஞ் சொல்லுக்கு உரை எழுதிய நச்சினார்க்கினியர், இளம்பூரண அடிகள் முதலியோர் முனிவர் என்றும் இருடிகள் என்றும் பொருள் எழுதியுள்ளனர். ஆனால், இவர்கள் கூறும் உரை பொருத்தமாகத் தோன்றவில்லை. அறிவர் என்னும் பெயருள்ளவர் வான சாத்திரத்தையறிந்தவர் என்னும் பொருளே சரியானதென்று தோன்றுகிறது. (சங்க காலத்திலேயே (சங்க காலத்தின் இறுதியில்) அறிவன் என்னுஞ் சொல் மறைந்து கணிவன் என்னுஞ் சொல் வழங்கப்பட்டது.)

அறிவன் என்பது முனிவரையும் ரிஷிகளையுங் குறிக்கிறதா அல்லது மக்கள் சமூகத்தில் வானசாத்திரத்தை அறிந்தவரைக் குறிக்கிறதா என்னும் ஐயப்பாடு உண்டாகிறது. அந்த ஐயப்பாட்டைத் தீர்ப்பதுபோல துளு மொழிச் சொல் உதவி செய்கிறது. துளுவிலும் குடகு மொழியிலும் அறிவர் என்னுஞ் சொல் அருவர் என்று வழங்கப்படுகிறது. அருவர் என்பவர் குடகு நாட்டில் திருமணம் முதலிய சடங்குகளைச் செய்யும் புரோகிதராக இன்றும் இருக்கின்றனர். இவர்கள் பிராமணர் அல்லாதவர் என்பதும் குறிப்பிடத்தக்கது. எனவே, வான நூலையறிந்து

திருமணத்திற்குரிய நன்னாளைக் குறிக்கும் கணிவருக்கு அறிவர் என்னும் பெயர் இருந்ததென்பதும், அப்பெயர் மறைந்துபோன பிறகும், குடகு மொழியில் அச்சொல் இன்றும் திருமணம் செய்யும் குருமாருக்குப் பெயராக வழங்கி வருகிறதென்பதும் தெரிகின்றன. இதனால், தொல்காப்பியம் முதலிய சங்க நூல்களில் கூறப்படுகிற அறிவர் என்பவர் அக்காலத்துத் தமிழ்ச் சமூகத்தில் வானநூல் பயின்றவரென்பது தெரிகின்றது.

பூதம்

சங்க காலத்திலே பூதம் என்னும் தெய்வ வணக்கம் இருந்ததை அறிகிறோம். பதிற்றுப்பத்து, சிலப்பதிகாரம் முதலிய சங்க இலக்கியங்களில் பூதவணக்கம் கூறப்படுகிறது. அந்தப் 'பூதங்கள்' திருமால், சிவன் போன்ற உயர்ந்த தெய்வங்களைப் போன்ற நிலையில் இல்லாவிட்டாலும் இந்திரன், முருகன் போன்ற உயர்ந்த நிலையில் வைத்து வணங்கப்பட்டன. பிற்காலத்தில் பூதம் என்பதற்குக் கொடிய துர்த்தேவதை, சிறுதேவதை என்னும் பொருள் கற்பிக்கப்பட்டதுபோல, சங்க காலத்தில் 'பூதம்' என்னும் தெய்வம் இழிவான நிலையில் வைத்து எண்ணப்படவில்லை. பூதம் என்னும் தெய்வம் உயர் நிலையில் வைத்து அக்காலத்தில் கருதப்பட்ட படியால்தான் அக்காலத்து மக்களும் அப்பெயரைத் தங்கள் பெயராகக் கொண்டிருந்தார்கள்.

பூதபாண்டியன், பூதனார், சேத்தம் பூதனார், குன்றம் பூதனார், இளம் பூதனார், கரும்பிள்ளைப் பூதனார், காவன் முல்லைப் பூதனார், கோடை பாடிய பெரும் பூதனார், வெண் பூதனார், காவிரிப்பூம் பட்டினத்துப் பொன் வாணிகனார் நப்பூதனார் முதலிய புலவர்கள், அரசர்களின் பெயரைக் காணும்போது அக்காலத்தில் பூதம் என்னும் தெய்வம் உயர்ந்த நிலையில் வைத்துக் கருதப்பட்ட சிறந்த தெய்வமாக இருந்தது என்பது தெரிகின்றது. பிற்காலத்திலே பூதத்தாழ்வார் என்னும் வைணவ ஆழ்வார் ஒருவர் இருந்ததையும் அறிவோம். ஆனால், பிற்காலத்தில் பூதம் என்னுஞ் சொல் இழிந்த பொருளில் சிறு தெய்வம் துஷ்ட தெய்வம் என்று கருதப்பட்டது. நாற்றம் என்னுஞ் சொல், மணம் என்னுஞ் சிறந்த பொருளில் வழங்கிப் பிற்காலத்தில் துர்நாற்றம் என்னும் இழிந்த பொருள் பெற்றதுபோல, பூதம் என்னும் சொல்லும் முற்காலத்தில் உயரிய பொருளில் வழங்கிப் பிறகு இழிந்த பொருள் பெற்றுவிட்டது.

ஆனால், துளு நாட்டில் அந்தப் பழைய பெயர் உள்ள கோவில்கள் இன்றும் இருக்கின்றன. பூதகோட்ய (பூதகோட்டம்) பூதஸ்தானம்

(ஸ்தானம் - இடம், ஸ்தலம்) என்னும் பெயருள்ள பூதக்கோவில்கள் இன்றும் துளு நாட்டில் உள்ளன. பூதசதுக்கம் என்றும் தமிழில் கூறப்பட்டவையே பூதகோட்ய என்றும் பூதஸ்தானம் என்றும் வழங்கப்படுகின்றன. ஆனால், இப்பூத வணக்கத்தில் பல வேறுபாடுகளும் மாற்றங்களும் காலப்போக்கில் ஏற்பட்டிருக்கக்கூடும். என்றாலும் பழைய பூதம் என்னும் பெயரைத் துளு நாட்டினர் இன்றும் விடாமல் வழங்கி வருவது கருதத்தக்கது.

இதைப்போன்று பல பழந்தமிழ்ச் சொற்களின் திரிபுகளைத் துளு மொழியில் காணலாம். உப்பாடு, (உப்பில் அடப்பட்டது - ஊறுகாய்), நுடி (பேச்சு), நுடிகட்டு (குறிசொல்லுதல்), நின்னி (எதிரொலி), கோறி (கோழி), பிலிநாயி (புலிநாய் - கழுதைப்புலி), நாகு (பெண் எருமை), கேரி (கேரி - சேரி), சேரிதெரு. (உதாரணமாக துளு நாட்டுப் பாரகூரில் மூடுகேரி - கிழக்குச் சேரி- கிழக்குத் தெரு, கோட்டெகேரி - கோட்டைத் தெரு, மணிகார கேரி முதலியன). நீர்நாள் (ஒரு மாதத்தின் பெயர்), கார்தெல் (ஒரு மாதத்தின் பெயர்), பொந்தேல், புயிந்தேல், பேரார்தெ (மாதங்களின் பெயர்கள்) முதலிய சொற்கள் பழைய திராவிட மொழியின் தொன்மையைக் காட்டுகின்றன. விரிவஞ்சி இதனோடு நிறுத்துகிறேன்.

துளு மொழியில் பழைய இலக்கியம் இல்லாதது பற்றி அம்மொழியைப் புறக்கணிப்பது தவறாகும். பழைய திராவிடச் சொற்களை ஆராய்வதற்குத் துளு மொழி பெரிதும் பயன்படுகிறது. முக்கியமாகப் பழைய தமிழ்ச் சொற்களை ஆராய்வதற்குத் துளு மொழி மிகமிகப் பயன்படும் என்பதில் ஐயமில்லை. தமிழ் மொழியை நன்றாகக் கற்ற பேரறிஞர் துளு மொழியையும் பயின்று அதிலுள்ள பழைய திராவிடச் சொற்களை ஆராயவேண்டும். துளு மொழியிலுள்ள சொற்கள் சிதைந்தும் திரிந்தும் உருமாறியும் இருக்கும். அவற்றையெல்லாம் செம்மைப்படுத்தி, பழந்தமிழ்ச் சொற்களுடன் ஒப்பிட்டு ஆராய வேண்டுவது தமிழரின் கடமையல்லவா?

அடிக்குறிப்பு

1. தமிழ் நாட்டிலே ஒரு மலை 'திண்டுக்கல்' என்று பெயர் பெற்றிருக்கிறது. ஆந்திர நாட்டிலும் 'தோர்ணக்கல்' என்னும் பெயருள்ள ஒரு மலையுண்டு. இலங்கைத் தீவில் உள்ள சில மலைகள் கல (gala) என்று பெயர் கூறப்படுகின்றன. கல என்பது கல் என்பதன் மரூஉ. இலங்கையில் உள்ள மலையுச்சிகளில் தட்டையான பாறைக் கல்லின் மேல் அக்காலத்து வேடர் ஆண்டுக்கு இருமுறை கலெயெக்க (கல் இயக்கன் - முருகன்) என்னும் தெய்வத்துக்கு ஆடல் நிகழ்த்தி வணங்கினர். அதனை வேலனின் வெறியாடலுடன் ஒப்பிடலாம். அந்த மலைப் பாறைகள் கல (கல்) என்று பெயர் பெற்றிருந்தன. ஆண்டிய கல, நெல்லியா கல, கணெமுல்லெ கல, கோபல்லவெ கல முதலியன.

2. திராவிட இனத்தார் வாழ்கிற நாடுகள் பலவற்றில் ஊர் என்னும் பெயருள்ள ஊர்கள் பல உண்டு. ஆனால், பாரசீகக் குடாக் கடலின் கரைமேல் யூப்ரடிஸ், தைகிரிஸ் என்னும் ஆறுகள் பாய்கிற பழைய சுமேரிய நாட்டிலே ஊர் என்னும் பெயருள்ள ஊர்கள் சில இருந்தன. அவை ஊர், நிப்பூர் எரிதூர் (எருதூர்), ஊருக், அஸ்ஸுர் என்று பெயர் பெற்றிருந்தன. இப்பெயர்களும் வேறு சில காரணங்களும் சுமேரிய நாட்டுக்கு திராவிட மக்களுக்கும் மிகப் பழைய காலத்தில் நெருங்கிய தொடர்பு இருந்ததைக் காட்டுகின்றன என்று சரித்திர ஆராய்ச்சிக்காரர்கள் கருதுகிறார்கள்.

மஹாராஷ்டிரம்
துளு நாடு
(தாலுகா)
குத்தூபுரம்
குத்தூபுரம்
உடுப்பி
துர்க்கானா
முடுபதிரி
மங்களூர்
மங்களூர்
உப்பிளங்குடி
புத்தூர்
புத்தூர்
காசாகோடு
காசாகோடு
குடகு
மலையாளம்

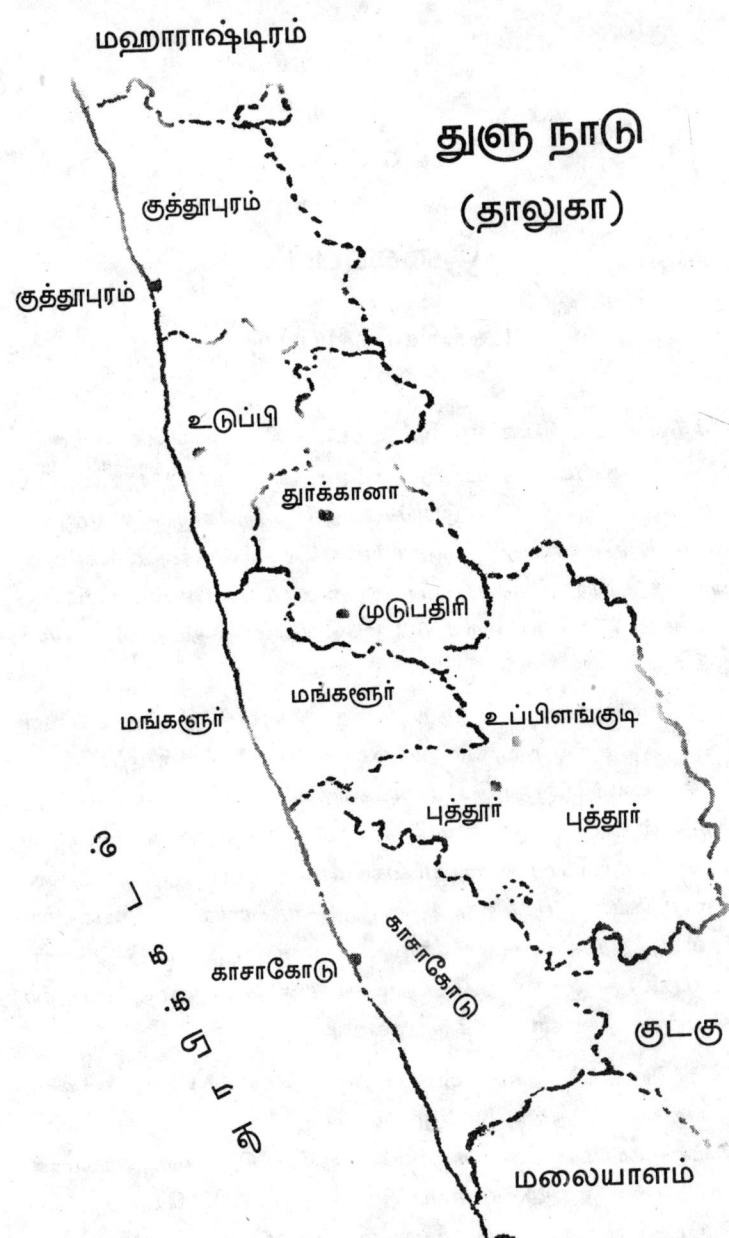

6

இணைப்பு

1. சத்தியபுத்திர நாடு

தேவனாம் பிரியன் என்னும் சிறப்புப் பெயரைக் கொண்டிருந்த அசோகச் சக்கரவர்த்தி பாரத நாட்டை கி.மு.275-234 வரையில் அரசாண்டார். இவருடைய இராச்சியத்தில், தெற்கே இருந்த தமிழகம் அடங்கவில்லை என்பது இவருடைய சாசனங்களிலிருந்து தெரிகின்றது. அசோகச் சக்கரவர்த்தியுடைய இரண்டாவது, பதின்மூன்றாவது சாசனங்கள் (Rock Edicts II and XIII) இச்செய்தியைத் திட்டவட்டமாகக் கூறுகின்றன.

சோழ பாண்டிய சத்தியபுத்திர, கேரளபுத்திர தம்பபாணி (இலங்கை) ஆகிய நாடுகள் அசோகச் சக்கரவர்த்தியின் ஆட்சிக்குட் பட்டவையல்ல என்பது இச்சாசனங்களினால் தெரிகின்றது. பிராகிருத மொழியில் பிராமி எழுத்தினால் எழுதப்பட்ட இந்தச் சாசனங்களில் வாசகம், சோடா பாடா ஸதியபுதொ கேதா புதோ ஆ தம்ப பம்ணி என்று எழுதப்பட்டிருக்கிறது. அதாவது, சோழ பாண்டிய சத்தியபுத்திர, கேரள புத்திர தம்பபாணி நாடுகள் என்பது இதன் பொருள். கேரளபுத்திர நாடு என்பது சேர நாட்டைக் குறிக்கிறது. சத்திய புத்திர நாடு என்பது துளு நாட்டைக் குறிக்கிறது.

சத்திய புத்திர நாடு என்று அசோகச் சக்கரவர்த்தியின் சாசனம் கூறுவது துளு நாடு என்று கருதப்பட்டாலும் வேறு சில ஆராய்ச்சிக்காரர்கள் வேறு கருத்தைத் தெரிவிக்கிறார்கள். அதிகமான் அரசர் ஆண்ட தகடூர், சத்தியபுத்திர நாடு என்றும் கோயம்புத்தூர் மாவட்டத்தில் உள்ள சத்தியமங்கலம் தாலுகாவே சத்தியபுத்திர நாடு

என்றும், சத்தியவிரத க்ஷேத்திரம் என்று பெயர் பெற்ற காஞ்சிபுரமே சத்தியபுத்திர நாடு என்றும் வெவ்வேறு கருத்தைத் தெரிவித்துள்ளனர். 'வாய்மொழிக்கோசர்' இருந்த துளு நாடே சத்தியபுத்திர நாடு என்பது இந்நூலாசிரியருடைய கருத்து.

இதைப்பற்றி எழுதப்பட்டுள்ள கருத்துகளை வாசகரின் ஆராய்ச்சிக்காகக் கீழே தருகிறேன்.

Asoka, V.A. Smith. 3rd Edition, p.161.

Ancient Karnataka, Vol.I. 'Tuluva', B.A. Saletore, p. 43.

Cera Kings of Sangam Period, K. G. Sesha Aiyer. 1937. pp. 18-19.

'Satyaputra' Govinda Pai. Krishnaswami Iyengar Commemoration Volume, pp. 33 - 47.

History of the Tamils, P.T. Srinivasa Iyengar. 1929, p.327.

The Early History of India, (4th Edition), Vincent A. Smith, 1957, pp. 171, 194.

The identification of Satyaputra, B.A. Saletore, Indian culture, Vol. I. pp. 667-674.

The Chronology of the Early Tamils, K.N. Sivaraja pillai, 1932, pp. 168-169.

Who are Satyaputras?, V.R. Ramachandra Dishitar,

The Indian Culture. Vol.I, pt.III.

Indian Review.June. 1909.

Journal of the R oyal Asiatc Society, 1918, p. 54.

Indian Antiqurary, Vol.XVIII, p.24.

Journal of the Royal Asiatic Society, Bombay Branch (New Series), Vol.XX, p. 398).

2. பரசுராமன் கதை

துளு நாட்டிலும் சேர (கேரள) நாட்டிலும் பழைய புராணக் கதையொன்று வழங்கி வருகிறது. ஒரு காலத்தில் சேர நாடும் துளு நாடும் கடலாக இருந்ததென்றும் பரசுராம முனிவன் சஃயாத்திரி (மேற்குத் தொடர்ச்சி மலை) மலைமேல் இருந்து தன் கையிலிருந்த கோடாரியைச் சுழற்றி எறிந்தான் என்றும் அந்தக் கோடாரி சென்ற இடம் நிலமாக மாறிப்போயிற்று என்றும் அவ்வாறு புதிதாக உண்டான நிலம் துளு நாடு, கேரள நாடு என்றும், அந்நிலங்களில் பரசுராமன் பிராமணரைக் குடியேற்றினான் என்றும் செவிவழிச் செய்தி கூறுகிறது. தமிழ் நாட்டில் பிற்காலத்திலே அகஸ்திய முனிவருக்கு முதன்மை கொடுக்கப்பட்டது போலத் துளு நாட்டிலும் கேரள நாட்டிலும் பரசுராமனுக்கு முதலிடங் கொடுக்கப்பட்டது.

சேர நாடாகிய கேரள நாடும் துளு நாடாகிய கொங்கண நாடும் பரசுராமனால் உண்டாக்கப்பட்டன என்னும் கதையை வடமொழிப் புராணங்களும் கேரளோற்பத்தி என்னும் பிற்காலத்து மலையாள நூலும் துளு நாட்டுச் செவிவழிச் செய்திகளும் கூறுகின்றன. இச்செய்தியைச் சங்க நூல்கள் கூறவில்லை. ஆனால், பரசுராமன் துளு நாட்டுச் செல்லூரில் அரியதோர் யாகம் செய்தான் என்றும் அந்த நினைவுக்குறியாக அவ்வூரில் ஒரு தூண் அமைக்கப்பட்டிருந்தது என்றும் ஒரு சங்கச் செய்யுள் கூறுகிறது. ஆனால், செல்லூரில் யாகத்தூண் இருந்த செய்தியை வடமொழிப் புராணங்களும் துளு நாட்டுக் கேரள நாட்டுச் செவிவழிச் செய்திகளும் கூறவில்லை. சங்க செய்யுள் மட்டும் கூறுகிறது.

மருதன் இளநாகனார் என்னும் புலவர் இச்செய்தியைத் தமது செய்யுளில் கூறியுள்ளதை முன்னமே கூறினோம். மழுவாழ் நெடியோன் (பரசுராமன்) செல்லூரில் அரிதாக முயன்று ஒரு வேள்வி செய்தான் என்றும் அதன் அறிகுறியாக அந்த இடத்தில் நெடுந்தூண் ஒன்று (யாகத்தூண்) நிறுத்தப்பட்டிருந்ததென்றும் அத்தூணின் அடிப்புறத்தில் வடக்கயிறு சுற்றிக் கட்டப்பட்டிருந்த தென்றும் இப்புலவர் கூறியுள்ளார். அச்செய்யுளின் வாசகம் இது:

கெடாஅத் தீயின் உருகெழு செல்லூர்க்
கடாஅ யானைக் குழூஉச்சமந் ததைய
மன்மருங் கறுத்த மழுவாள் நெடியோன்
முன்முயன்று அரிதினின் முடித்தவேள்விக்

கயிறரை யாத்த காண்டகு வனப்பின்
அருங்கடி நெடுந்தூண் (அகநானூறு. 220: 3-8)

இந்தச் செல்லூர் கடற்கரைக்கு அருகில் இருந்தது என்றும் அவ்வூர்க் கிழக்கில் கோசருடைய நியமம் இருந்தது என்றும் இப்புலவரே இன்னொரு செய்யுளில் கூறுகிறார்.

அருந்திறற் கடவுள் செல்லூர்க் குணாஅது
பெருங்கடல் முழக்கிற் றாகி யாணர்
இரும்பிடம் படுத்த வடுவுடை முகத்தார்
கருங்கட் கோசர் நியமம் (அகநானூறு. 90: 9-12)

துளு நாட்டுச் செல்லூரில் பரசுராமன் செய்த வேள்விக்கு நினைவுக் குறியாக ஒரு யாகத்தூண் அமைக்கப்பட்டிருந்ததென்றும், அச்செல்லூர் கடற்கரைக்கு அருகில் இருந்ததென்றும் மருதன் இளநாகனார் கூறுகிற இச்செய்தி கேரள நாட்டாரும் துளு நாட்டாரும் அறியாத ஒரு புதிய அரிய செய்தியாகும்.

இந்தச் செல்லூர் மேற்குக் கடற்கரையோரத்தில் துளு நாட்டில் இருந்தது. பின்னத்தூர் திரு. அ. நாராயணசாமி ஐயர் அவர்கள் இச்செல்லூர், கிழக்குக் கடற்கரையோரத்தில் சோழநாட்டில் இருந்ததென்று கூறுகிறார். ஐயர் அவர்கள் தாம் உரை எழுதி அச்சிட்ட நற்றிணைப் பதிப்பிலே பாடினோர் வரலாற்றிலே 'மதுரை மருதன் இளநாகனார்' என்னுந் தலைப்பிலே இவ்வாறு எழுதுகிறார்.

''திருவழுந்தூர்த் திதியனுக்குரிய செல்லூரில் பரசுராம முனி வேள்வி செய்தது கூறுவதுடன் தழூம்பனது ஊணூரும் சாயாவனமும் (திருச்சாயக்காடு) இவராற்'' கூறப்பட்டுள்ளன.

இவ்வாறு இவர் கூறுவது தவறு. திதியன் என்பவனுக்குச் செல்லூர் உரியதென்று சங்க இலக்கியத்தில் எங்குமே கூறப்படவில்லை. ஐயரவர்கள், சோழ நாட்டிலிருந்த திதியனுக்குச் செல்லூர் உரியதென்று கூறுவது புதுமையாக இருக்கிறது. எனவே இவர் செல்லூர் சோழ நாட்டிலிருந்ததாகக் கருதுவது தவறானது. இந்தச் செல்லூர், துளு நாட்டிலே மேற்குக் கடற்கரைப் பக்கமாக இருந்ததும் கோசர் என்னும் இனத்தார் வாழ்ந்திருந்ததுமான ஊர்.

கந்த புராணம் ஸஃயாத்திரி காண்டத்திலும் வேறு வடமொழிப் புராணங்களிலும் மேற்குக் கடற்கரையுடன் பரசுராமனைத் தொடர்புபடுத்திக் கூறியுள்ளது. துளு நாட்டுச் சேர நாட்டுச் செவிவழிச்

செய்திகளும் பரசுராமனை மேற்குக் கடற்கரை நாடுகளுடன் தொடர்புபடுத்திக் கூறுகின்றன. எனவே, மருதன் இளநாகனார் கூறுகிற பரசுராமன் யாகஞ்செய்த செல்லூர் துளு நாட்டுச் செல்லூரே என்பதில் சிறிதும் ஐயமில்லை.

கேரள நாட்டில் முப்பத்திரண்டு கிராமங்களையும், துளு நாட்டில் முப்பத்திரண்டு கிராமங்களையும் பரசுராமன் உண்டாக்கி அக்கிராமங்களைப் பிராமணருக்குத் தானஞ் செய்தான் என்னும் கதை, பிற்காலத்தில் நம்பூதிரிப் பிராமணர் செல்வாக்கும் ஆதிக்கமும் பெற்ற கி.பி. 14ஆம் நூற்றாண்டுக்குப் பிறகு ஏற்பட்ட கதை என்று தோன்றுகிறது. பரசுராமனைப் பற்றிய இக்கதைகள் பிற்காலத்தில் தோன்றியவை.

சங்க காலத்திலே பரசுராமனைப் பற்றி வழங்கப்பட்ட கதை, அவன் துளு நாட்டுச் செல்லூரில் செய்த யாகத்தின் அறிகுறியாகத் தூண் ஒன்று நிறுத்தப்பட்டிருக்கிறது என்பது ஒன்றே. அக்காலத்துச் சேர நாடாகிய கேரள நாட்டில் பரசுராமன் கதை வழங்கப்படவில்லை. பரசுராமன் கோடரியைக் கடலில் வீசி எறிந்து கேரள நாட்டையும் துளு நாட்டையும் உண்டாக்கினான் என்னும் கதையும் அந்நாடுகளில் கிராமங்களை உண்டாக்கிப் பிராமணருக்குத் தானஞ் செய்தான் என்னும் கதையும் பிற்காலத்தில் கட்டப்பட்ட கதைகளே.

செல்லூர் செல்லி என்றும் கூறப்பட்டது.
'மல்லல் யாணர்ச் செல்லிக் கோமான்'   (அகம் 316: 12)
என்று கூறுவது காண்க.

3. மோகூரும் மோரியரும்

சங்கச் செய்யுட்கள் சிலவற்றிலே, கோசர் என்னும் கூட்டத்தாருக்கு மோகூர் பணியாதபடியினாலே (அடங்காத படியினாலே) அவர்களைப் பணியச் செய்வதற்குக் கோசர் மோரியருடைய உதவியை நாடினார்கள் என்றும், அவர்களுக்கு உதவி செய்ய விரும்பிய மோரியர், வடுகச் சேனையை முதலில் அனுப்பி அச்சேனையைப் பின்தொடர்ந்து தங்கள் தேர்களைச் செலுத்திக் கொண்டு போனார்கள் என்றும்; போகும் வழியில் மலைகள் குறுக்கிட்டபடியால் மலைமேல் தேர்கள் போவதற்காக மலையிலே வழிகளை உண்டாக்கிக்கொண்டு போனார்கள் என்றும் சரித்திரச் செய்திகள் கூறப்படுகின்றன (அகம் 69. 251, 281, புறம் 175).

அகம் 69-ஆம் செய்யுளில் இச்செய்தி கூறப்படுகிறது. காதலன் ஒருவன் தன் காதலியை விட்டுப் பிரிந்து பொருள் சம்பாதிப்பதற்காக அயல்நாடு சென்றான். சென்றவன் தான் திரும்பி வருவதாகச் சொன்ன காலம் வந்தும் அவன் திரும்பி வராததைக் குறித்து அவன் மனைவி மனக்கவலையடைந்தாள். அப்போது அவளுடைய தோழி, அவளுக்கு ஆறுதல் கூறுகிறாள். மோரியருடைய தேர்ச் சக்கரங்கள் தடையில்லாமல் போவதற்காகச் செப்பனிட்டு அமைத்த மலைப் பாதையைக் கடந்து அயலூருக்குச் சென்ற தலைவர் அங்கே நெடுநாள் தங்கமாட்டார் என்று தோழி கூறுகிறாள். இந்த வாசகம் இது:

விண்பொரு நெடுங்குடை இயல்தேர் மோரியர்
பொன்புனை திகிரி திரிதரக் குறைத்த
அறையிறந்து அகன்றனர் ஆயினும் எனையதூஉம்
நீடலர் வாழி தோழி *(அகம் 69: 10-13)*

அகநானூறு 151-ஆம் செய்யுளும் இச்செய்தியையே கூறுகிறது. தலைவன் ஒருவன் தன் மனைவியைத் தனியே விட்டு அயல்நாட்டுக்குப் பொருள் சம்பாதிக்கச் சென்றான். அவன் திரும்பி வருவதாகச் சொன்ன காலம் வந்தும் அவன் திரும்பி வராதபடியால் அவன் மனைவி கவலையடைந்தாள். அப்போது அவளுடைய தோழி அவளுக்குத் தேறுதல் கூறினாள். நந்த அரசர்கள் சேர்த்து வைத்திருந்த பெருஞ்செல்வம் கிடைப்பதாக இருந்தாலும் அவர் அதிக நாள் வெளியே தங்கமாட்டார். கோசர் தம் பகைவருடைய ஊரை வென்ற காலத்தில் அவர்களுக்குப் பணியாத மோகூரைப் பணியச் செய்வதற்காக அவர்களுக்கு உதவியாக வந்த மோரியர், தங்கள் தேர்கள் போவதற்காக அமைத்த மலைப் பாதையைக் கடந்து வெளிநாட்டுக்குச் சென்ற அவர் (தலைவர்) அதிக காலம் தங்கமாட்டார். விரைவில் வந்துவிடுவார் என்று தோழி கூறினாள். அந்த வாசகம் இது:

நந்தன் வெறுக்கை எய்திலும் மற்றவண்
தங்கலர் வாழி தோழி! வெல்கொடித்
துணைகால் அன்ன புனைதேர்க் கோசர்
தொன்மூதாலத் தரும்பணைப் பொதியில்
இன்னிசை முரசங் கடிப்பிகுத் திரங்கத்
தெம்முனை சிதைத்த ஞான்றை மோகூர்
பணியா மையிற் பகைதலை வந்த
மாகெழு தானை வம்ப மோரியர்
புனைதேர் நேமி யுருளிய குறைத்த
இலங்குவெள் ளருவிய அறைவா யும்பர்

மாசுஇல் வெண்கோட்டு அண்ணல் யானை
வாயுள் தப்பிய, அருங்கேழ் வயப்புலி
மாநிலம் நெளியக் குத்தி புகலொடு
காப்புல வைகும் தேக்குஅமல் சோலை
நிரம்பா நீளிடைப் போகி
அரம்போழ் அவ்வளை நிலைநெகிழ்த் தோரே!

(அகம் 251: 5-20)

அகம் 281-ஆம் செய்யுளும் இதே செய்தியைக் கூறுகிறது. அயல்நாடு சென்ற தலைவன் நெடுநாள் சென்றும் திரும்பி வராததற்கு மனக்கவலை கொண்ட மனைவியை அவளுடைய தோழி தேற்றுகிறாள். ''வடுகச் சேனை முன்வர அதனைத் தொடர்ந்து பின்னே வந்த மோரியரின் தேர்ப்படையின் தேர்ச்சக்கரங்கள் தடையில்லாமல் செல்வதற்காக மலைமேல் அமைத்த வழியைக் கடந்து அயல்நாடு சென்ற தலைவர் அதிக நாள் தங்கமாட்டார். விரைவில் வந்து விடுவார். நீ வருந்தாதே'' என்று கூறுகிறாள்.

முரண்மிகு வடுகர் முன்னுற மோரியர்
தென்திசை மாதிர முன்னிய வரவிற்கு
விண்ணுற ஓங்கிய பணியிருங் குன்றத்து
ஒண்கதிர்த் திகிரி யுருளிய குறைத்த
அறை யிறந்தவரோ சென்றனர்

(அகம் 281: 8-12)

புறநானூறு 175-ஆம் செய்யுளும் இச்செய்தியைக் கூறுகிறது. கள்ளில் ஆத்திரையனார் என்னும் புலவர் தன்னையாதரித்து ஆதனுங்கன் என்பவனை ஒருபோதும் மறக்கமாட்டேன் என்று இச்செய்யுளில் கூறுகிறார். ''மோரியர் தம்முடைய தேர் உருளை தடையில்லாமல் செல்வதற்காக மலைப் பாறைகளை வெட்டி அமைத்த பாதையில் சூரியன் இயங்குவது போன்ற உன் அறத்துறையாகிய நல்வழியில் நடக்கும் உன்னை மறக்க மாட்டேன்'' என்று கூறுகிறார். இதன் வாசகம் இது:

விண்பொரு நெடுங்குடைக் கொடித்தேர் மோரியர்
திண்கதிர்த் திகிரி திரிதரக் குறைத்த
உலக இடைகழி அறைவாய் நிலைஇய
மலர்வாய் மண்டிலத் தன்ன

(புறம் 175: 6-9)

(குறிப்பு: இப்புறப்பாட்டின் பழைய உரையாசிரியர் மோரியர் என்பதை ஓரியர் என்று தவறாகப் பிரித்துப் பொருள் கூறுகிறார். அவர் கூறுவது தவறான உரை என விடுக.)

இந்த நான்கு சங்கச் செய்யுள்களிலே மோரியர் தென்னாட்டுக்கு வந்தனர் என்பதும் அவர்களின் தேர்கள் தடையில்லாமல் வருவதற்கு இடையிலிருந்த மலைப் பாறைகள் குறைத்துச் செப்பனிடப்பட்டன என்பதும் இச்செய்யுள்களில் கூறப்படுகின்றன. மோரியர் என்பவர் மௌரியராகிய அரச குலத்தார். மோரிய (மௌரிய) அரசர் பாரத (இந்திய) நாட்டின் பேரரசராக இருந்து அரசாண்டவர்கள். அவர்கள் ஏறத்தாழ கி.மு. 4-ஆம் நூற்றாண்டு முதல் கி.மு. 2-ஆம் நூற்றாண்டு வரையில் அரசாண்டனர். (சந்திரகுப்த மௌரியன் கி.மு. 322-இல் மகத இராச்சியத்தை ஏற்படுத்தினான். இவன் வம்சத்தின் கடைசி அரசனான பிருகத்ரதன் கி.மு.185-இல் தன் சேனைத் தலைவனான புஷ்யமித்திரனால் கொல்லப்பட்டு இறந்தான். பிறகு சுங்க இராஜ பரம்பரை நிறுவப்பட்டது.)

பேர்போன மோரிய அரசர் சங்கச் செய்யுளில் கூறப்படுகிறதுபற்றிச் சரித்திர ஆராய்ச்சிக்காரரும் மற்ற அறிஞரும் ஆராயத் தொடங்கினார்கள். மோரிய அரசர் மோகூர்மேல் படையெடுத்து வந்ததை இச்செய்யுள்கள் கூறுகிறபடியால் இத்தொடர்பு பற்றி அவர்கள் ஆராய்ந்தார்கள். (பாண்டியனுடைய சேனைத் தலைவனாகிய பழையன் என்பவன் மதுரைக்கு அருகில் மோகூர் என்னும் ஊரை அரசாண்டபோது, சேரன் செங்குட்டுவன் மோகூரின் மேல் படையெடுத்துப்போய் மோகூர்ப் பழையனை வென்ற செய்தி பதிற்றுப்பத்து ஐந்தாம் பத்திலும், சிலப்பதிகாரத்திலும் கூறப்படுகின்றது.)

மோரியர் - மோகூர் ஆராய்ச்சியைப் பல அறிஞர்கள் எழுதியுள்ளனர். அவர்கள் பல்வேறு கருத்துகளை வெளியிட்டுள்ளனர். அவைகளைப் பற்றியெல்லாம் இங்கு ஆராய்ந்தால் இடம் விரியும். ஆனால், அவ்வறிஞர்களின் கட்டுரைகளையும் நூல்களையும் இங்குக் குறிப்பிடுகிறேன்.

1. 'Mauryan Invasion of South India,' Ch.I, The Beginnings South Indian History, Krishnaswamy Aiyangar, 1918.

2. Bombay Gazetteer, 1896, Vol. Part II, pp. 202-4.

3. 'The Mauryan Invasion of Tamilakam,' Somasundara Desikar, Quarterly Journal of the Mythic Society, Vol.XVIII, pp.155-166.

4. 'The Mauryan Invasion of the Tamil Land,' K.A.Nila Kandam, Quarterly Journal of the Mythic Society, Vol. XVI, P. 304.

5. History of the Tamil, P.T. Srinivasa Iyangar, 1929, pp.520-526.

6. 'The Mauryan Invasion of the Tamilakam' Somasundara Desikar, Indian Historical Quarterly, Vol. IV, PP.135-145.

7. The Mauryan Invasion Polity, V.R. Ramachandra Dikshidar pp.58-61.

8. 'Kosar and Vamba Moriyar.' Quarterly Journal of the Mythic Society, 1924.

9. 'The Moriyar of the Sangam Works,' K.G. Sankar, J.R.A.S., 1924,pp.664-667.

10. 'Kosar of the Tamil Literature and the Satyaputra of Asoka Edicts,' J.R.A.S., 1923, pp.609-613.

11. 'Satyaputra of Asoka's Edict,' J.R.A.S., 1922, No.2, pp.84-86.

12. Early History of India, Vincent A. Smith, 4th Edition, 1957, p.157.

13. The Cambridge History of India, Vol.I.p.596.

14. 'Maurya Invasion of South India,' A Comprehensive History of India, Vol.II.Edited by K.A. Nilakanta Sastri, 1957, pp.501-503.

15. 'தமிழகமும் மோரியர் படையெடுப்பும்,' டாக்டர் கே.கே. பிள்ளை, பேராசிரியர் டாக்டர் ரா.பி. சேதுப்பிள்ளை வெள்ளி விழா மலர், 1961, பக்கம். 359-363.

பண்டித மு. இராகவையங்கார் தாம் 1915-ஆம் ஆண்டில் எழுதிய சேரன் செங்குட்டுவன் என்னும் நூலில் இதைப்பற்றிக் கூறியுள்ளார். இச்செய்யுளில் கூறப்படுகிற மோரியரை ஐயங்கார், சமுத்திர குப்தன் என்று கூறுகிறார். இது மிகவும் பிழைபட்ட செய்தியாகையால் இவர் கூற்றை அறிஞர் ஏற்றுக்கொள்ளவில்லை.

பி.தி. ஸ்ரீநிவாச அய்யங்கார், 1929-இல் தாம் எழுதிய தமிழர் சரித்திரம் என்னும் நூலில் (History of the Tamils, P.T. Srinivasa Ayengar, 1929, P. 520-526) இதைப் பற்றி ஆராய்கிறார். இவர் ஆராய்ச்சியும் உண்மை நாடுவதாக இல்லை.

மேற்கண்ட மூன்று சங்கச் செய்யுட்கள் மோரியர் படையெடுத்து வந்த செய்தியைக் கூறுகின்றன. ஆனால், யார் மேல் படையெடுத்து வந்தனர் என்பதைக் கூறவில்லை. அகம் 251-ஆம் செய்யுள் மட்டும் மோரியர் மோகூர் மேல் படையெடுத்து வந்தனர் என்பதைக் கூறுகின்றது.

மோகூர் என்னும் ஊர் பாண்டி நாட்டில் இருந்தது என்பதையும் அவ்வூரையாண்ட பழையன் என்னும் அரசனைச் சங்க காலத்திலிருந்த சேரன் செங்குட்டுவன் வென்றான் என்றும் பதிற்றுப்பத்து 5ஆம் பத்தினாலும், சிலப்பதிகாரத்திலிருந்தும் அறிகிறோம். ஆனால், மோரியர் இந்த மோகூரின் மேல் படையெடுத்து வந்தனரா? மோரியருக்கும் மோகூருக்கும் என்ன பகை? மோகூர் மன்னன் ஒரு சிற்றரசன்தானே. நெடுந்தொலைவிலிருந்த மோரியருக்கும் தென் கோடியிலிருந்த மோகூருக்கும் என்ன பகை?

இதில் ஏதோ தவறு இருக்கும் போலத் தோன்றுகிறது. மோகூர் என்னும் சொல்லில் பிழை இருக்கிறது போலத் தோன்றுகிறது. மோகர் என்று இருக்கவேண்டிய சொல் மோகூர் என்று தவறாக எழுதப்பட்டது என்று தோன்றுகிறது. இது பிற்காலத்தில் ஏடெழுதுவோரால் நிகழ்ந்த பிழை என்று தோன்றுகிறது. 'மோகர் பணியாமையின்' என்றிருக்க வேண்டிய வாசகர் 'மோகூர் பணியாமையின்' என்று பிற்காலத்தில் தவறாக எழுதப்பட்டும் படிக்கப்பட்டும் வந்தது என்று தோன்றுகிறது.

மோகர் என்பவர் கொங்கண (துளு) நாட்டின் கடற்கரைப் பக்கத்தில் இருந்த போர்ப்பிரியமுள்ள மீன்பிடிக்குந் தொழில் செய்த மக்கள். அவர்களுடைய சந்ததியார் துளு நாட்டுக் கடற்கரைப் பக்கத்தில் இன்றும் மோகர் என்னும் பெயருடன் இருக்கிறார்கள். அந்த மோகர் போர் விருப்பமும் அஞ்சாமையுமுடையவராக இருந்தபடியால் கோசருக்கு அடங்காமலிருந்தனர். அவர்கள் பணிந்து போகாதபடியால் அவர்களைப் பணியச் செய்வதற்காகக் கோசர், மோரியருடைய உதவியை வேண்டினார்கள். ஆகவே, மோகரை அடக்குவதற்காக மோரியர் படையெடுத்து வந்தார்கள்.

துளு நாட்டுக் கடற்கரையோரத்தில் வசித்திருந்த மோகர்மேல் போர் செய்ய வந்த மோரியர், துளு நாட்டுக்கு அப்பால் இருந்து வந்தபடியால், அவர்கள் இடையில் இருந்த உயரமான மேற்குத் தொடர்ச்சி மலையைக் கடந்து துளு நாட்டுக்குள் செல்ல வேண்டியவராயினர். மலையிலே கணவாய்கள் இல்லாதபடியாலும் கடல் மட்டத்துக்கு மேல் 3000 அடி முதல் 6000 அடி வரையில் உயர்ந்திருக்கிற மேற்குத் தொடர்ச்சி மலைகளைக் கடக்க வேண்டியிருந்தபடியாலும் மோரியர் மலைமேல் ஏறிச்செல்வதைத் தவிர வேறுவழியில்லை. அக்காலத்தில் மனிதர் நடந்து செல்லக்கூடிய ஒற்றையடிப்பாதை (காலடிப்பாதை) தவிர வண்டிகள் செல்வதற்கு அகலமான பாதைகள் மலைமேல் இல்லை. மோரியர் தேர்ப்படையுடன் வந்தபடியால் மலைவழியில் உள்ள ஒற்றையடிப் பாதைகள் அவர்களின் தேர்கள் செல்வதற்குப் பயன்படவில்லை. ஆகவே, வண்டிகளும் தேர்களும் செல்வதற்குரிய அகலமான பாதையை அமைக்க வேண்டியிருந்தது.

மோகர் மேல் படையெடுத்துச் சென்ற மோரியர், தங்கள் தேர்ப்படையைச் செலுத்திக்கொண்டு போவதற்கு, மலைமேல் சென்ற காலடிப்பாதைகளை அகலமாக அமைத்துத் தெருவுண்டாக்கினார்கள். அவருக்கு முன்னே சென்ற காலாட்படையினர், குறுக்கே கிடந்த பாறைகளையும் கற்களையும் உடைத்துச் சமப்படுத்தி அகலமான பாதைகளை உண்டாக்கிக் கொண்டே போனார்கள். காலாட்படையினர் அமைத்த அகலமான பாதையைப் பின்பற்றி மோரியரின் தேர்ப்படை சென்றது. முன்னே வழி அமைத்துச் சென்ற காலாட்படையினர் வடுகர், இதைத்தான் 'முரண்மிகு வடுகர் முன் உற மோரியர்' தேர்களின் சக்கரம் பின்னால் உருண்டு சென்றது என்று கூறப்பட்டது.

இக்காலத்திலுங்கூட துளு நாட்டின் கிழக்கிலுள்ள மைசூர் நாட்டிலிருந்து துளு நாட்டுக்குப் போகவேண்டுமானால் மேற்குத் தொடர்ச்சி மலைமேல் உள்ள (Ghat) 'காட் சாலை'கள் வழியாகத்தான் போகவேண்டும். இந்த மலைச்சாலைகள் அகலமாகவும், நன்றாகவும் செம்மையாகவும் இருக்கின்றன. இச்சாலைகள் அண்மைக் காலத்தில் இருந்த ஆங்கிலேயர் ஆட்சிக் காலத்தில் அமைக்கப்பட்டவை. ஆனால், கி. பி. முதல் இரண்டாம் நூற்றாண்டுகளில் இந்த மலைகளின்மேல் காலடிப்பாதையைத் தவிர வேறு நல்ல சாலைகள் இல்லை. மோரியர் தேர்ப்படை செல்வதற்காக அக்காலத்தில் முதல்முதலாக அகலமான சாலை மலைமேல் உண்டாக்கப்பட்டது.

சில ஆராய்ச்சிக்காரர்கள், மோரியர் மலையைக் குடைந்து வழியுண்டாக்கிச் சென்றார்கள் என்றும், வேறு சிலர் மலையை வெட்டி வழியுண்டாக்கிக்கொண்டு போனார்கள் என்றும் எழுதியுள்ளனர். இது தவறு எனத் தெரிகிறது. முன்னமே காலடிப் பாதையாக இருந்த அறை(மலை) வழியின் இடையே இருந்த பாறைகள் கற்கள் முதலியவை அப்புறப்படுத்தியும் செம்மைப்படுத்தியும் தேர்ப்படை போவதற்கு ஏற்றபடி அகலமான வழியையுண்டாக்கிக்கொண்டு மோரியப்படை துளு நாட்டுக் கடற்கரைப் பக்கத்திலிருந்த மோகர் மேல் போருக்குச் சென்றது என்பதே நாம் இங்கே கூறுகிற செய்தியாகும். இதுவே பொருத்தமானதாகும். எனவே, செய்யுளில் இப்போதுள்ள மோகூர் என்னும் பாடம் பிழையானதென்றும் அது மோகர் என்றிருக்க வேண்டும் என்றும் கொள்ளத்தகும். ஆகவே,

தெம்முனை சிதைத்த ஞான்றை மோகர்
பணியா மையிற் பகைதலை வந்த
மாகெழுதானை வம்ப மோரியர்
புனைதேர் நேமி யுருளிய குறைத்த
இலங்குவெள் ளருவிய அறைவாய்

என்றும் மோகூர் என்பதை மோகர் என அமைத்துக் கொள்வது சரியெனத் தோன்றுகிறது.

துளு நாட்டு மோகர்மேல் வெளிநாட்டார் செல்வதற்கு இதைத் தவிர வேறு வழியில்லை. ஆனால், பாண்டி நாட்டு மோகூர் மேல் செல்வதற்கு மலைகளின் மேல் வழியுண்டாக்காமலே செல்ல வழிகள் இருந்தன. எனவே மோரியர் படையெடுத்துச் சென்றது மோகூர் மேலன்று என்பதும் தெளிவாகின்றது. இதைத்தான் மேலே காட்டிய சங்கச் செய்யுட்கள் கூறுகின்றன.

மோகர் மேல் படையெடுத்துச் சென்ற மோரியர் என்பவர் யார்? அவர்கள் மகத இராச்சியத்தை அரசாண்ட மோரியர் (மௌரியர்) அல்லர் என்பது வெளிப்படை. மோரியச் சக்கரவர்த்திகளின் ஆட்சி கி.மு. 2-ஆம் நூற்றாண்டிலேயே மறைந்து போயிற்று என்று முன்னமே கூறினோம். இச்சங்கச் செய்யுட்கள் இயற்றப்பட்ட காலம் கி.பி. 2-ஆம் நூற்றாண்டு. ஆகவே, இச்சங்கச் செய்யுட்கள் பாடப்பட்ட காலத்தில் (ஏறக்குறைய ஒரு நூற்றாண்டு காலத்துக்கு முன்பு) இந்த வம்ப மோரியரின் துளு நாட்டுப் படையெடுப்பு நிகழ்ந்திருக்க வேண்டும். அப்படியானால் இந்த வம்பமோரியர் கி.பி. முதல் நூற்றாண்டில் இருந்தவராதல் வேண்டும். இவர் யார்?

மௌரிய இராச்சியம் மேற்குக் கடற்கரை வரையில் பரவியிருந்தது. மௌரிய அரசரின் வீழ்ச்சிக்குப் பிறகு அவர்களின் கீழ் ஆங்காங்கே இராச்சியப் பகுதிகளை அரசாண்டிருந்த சிற்றரசர் அவ்வப்பகுதிகளின் அரசராகச் சுதந்திரம் பெற்று அரசாண்டார்கள். அவர்களில் ஒரு சாரார், இந்தியாவின் மேற்குப் பக்கத்தில் நிலைத்து நெடுங்காலம் மோரியர் என்னும் பெயருடன் இருந்தனர். அவர்களே 'வம்பமோரியர்' ஆக இருக்கக்கூடும். அந்த வம்பமோரியர் கி.பி. முதல் நூற்றாண்டில் துளு நாட்டு மோகர் மேல் படையெடுத்து வந்திருக்கக் கூடும் என்று தோன்றுகிறது. இந்த மோரியர் படையெடுப்பின் முழு வரலாறு தெரியவில்லை.

இந்த வம்பமோரியரின் சந்ததியார் பிற்காலத்திலுங்கூட (கி.பி. 6-ஆம் நூற்றாண்டில்) சாளுக்கிய அரசர் காலத்தில் இந்தியாவின் மேற்குப் பக்கத்தில் இருந்து அரசாண்டு வந்தனர் என்பது தெரிகின்றது.

மௌரிய ஆட்சிக் காலத்தில் அவர்களின் இராச்சியத்தின் தெற்குப் பகுதியை அரசாண்ட இராசப் பிரதிநிதி சுவர்ணகிரி என்னும் நகரத்தில் இருந்து அரசாண்டார் என்று தெரிகின்றது. சுவர்ணகிரி என்பது, இப்போதுள்ள ஆந்திர தேசத்தில் ராய்ச்சூர் மாவட்டத்தில் உள்ள மாங்கி என்னும் ஊர். இங்கிருந்த மோரிய இராசப் பிரதிநிதிகளின் சந்ததியார் பிற்காலத்தில் மோரியர் என்னும் பெயருடன் இருந்தார்கள் போலும். இவர்களைத்தான் இச்சங்கச் செய்யுட்கள் வம்பமோரியர் என்று கூறுகின்றனபோலும்.

4. ஆய் எயினன்

சேரர் சார்பாக அவர்களின் சேனைத் தலைவனான ஆய் எயினன் நன்னனுடன் போர் செய்தான் என்று இந்நூலில் கூறினோம். அவனைப் பற்றிய செய்தியை இங்குக் கூறுவோம்.

இவன் வெளியம் என்னும் ஊரையாண்ட சிற்றரசன். ஆகவே, இவன் 'வெளியே வேண்மான் ஆய் எயினன்' (அகம் 208:5) என்று கூறப்படுகிறான். வெளியன் என்பது சேர நாட்டில் இருந்த ஊர் என்பதை 'வானவரம்பன் வெளியம்' (அகம் 359:5) என்பதனால் அறிகிறோம். (வானவரம்பன் - சேர அரசன்) வெளியன் வேண்மான் ஆய் எயினன் சேர அரசர்களின் சேனைத் தலைவன் என்று தெரிகிறான். ஆய் எயினனுக்கு நல்லினி என்னும் பெயருள்ள ஒரு மகள் இருந்தாள். அவளை உதியஞ்சேரல் மணஞ் செய்திருந்தான். இவர்களுக்குப் பிறந்த மகன் இமயவரம்பன் நெடுஞ்சேரலாதன். இதனை

மன்னிய பெரும்புகழ் மறுவில் வாய்மொழி
இன்னிசை முரசின் உதியஞ் சேரற்கு
வெளியன் வேண்மான் நல்லினி ஈன்றமகன்

இமயவரம்பன் நெடுஞ்சேரலாதன் என்று பதிற்றுப்பத்து இரண்டாம் பத்துப் பதிகத்தினால் அறிகிறோம்.

எனவே, ஆய்எயினன் மகளாகிய நல்லினி, சேரன் செங்குட்டுவனுக்கும், இளங்கோவடிகளுக்கும், களங்காய்க்கண்ணி நார்முடிச் சேரலுக்கும், ஆடுகோட்பாட்டுச் சேரலாதனுக்கும் பாட்டி என்று தெரிகிறது. அந்தக் குடும்பத்தைச் சேர்ந்தவன் ஆய் எயினன்.

அக்காலத்தில் துளு (கொங்கண) நாட்டை அரசாண்ட நன்னன் என்பவன், வடகொங்கு நாட்டைச் சேர்ந்த புன்னாடு என்னும் ஊரைக் கைப்பற்ற முயற்சி செய்தான். அது, சேர அரசர் தென் கொங்கு நாட்டைக் கைப்பற்றிக் கொண்டிருந்த காலம். ஆகவே, கொங்கணத்து நன்னன் புன்னாட்டைக் கைப்பற்றிக் கொள்வது சேரர்களுக்கு ஆபத்தாக இருந்தது. அன்றியும் அக்காலத்தில் புன்னாடு நீலக்கல்லுக்குப் பேர் பெற்றிருந்தது. புன்னாட்டில் நீலக்கல் சுரங்கங்கள் இருந்தன. அங்குக் கிடைத்த நீலக்கற்களை யவனர், ரோமர் முதலிய மேல் நாட்டவர் வாங்கிக் கொண்டு போனார்கள். ஆகவே புன்னாடு, துளு நாட்டு நன்னன் ஆட்சியின் கீழ்ப் போவதைச் சேர அரசன் விரும்பவில்லை. ஆகவே சேர அரசன் புன்னாட்டின் சார்பாக நன்னனுடன் போர் தொடுத்தான்.

சேர அரசனின் சேனைத் தலைவனான ஆய்எயினன் புன்னாட்டின் சார்பாக நன்னனுடன் போர் தொடுத்தான்.

சேர அரசனின் சேனைத் தலைவனான ஆய்எயினன் புன்னாட்டின் சார்பாகத் துளு நாட்டின் மேல் படையெடுத்துச் சென்றான். துளு நாட்டுப் பாழி என்னும் இடத்தில் நன்னனுடைய சேனைத் தலைவனான மிஞிலி என்பவன் அவனை எதிர்த்துப் போர் செய்தான். இச்செய்திகளைப் பரணர் என்னும் புலவர் கூறுகிறார். இதனை,

பொலம்பூண் நன்னன் புன்னாடு கடிந்தென
யாழிசை மறுகில் பாழி யாங்கண்
அஞ்ச லென்ற ஆஅய் எயினன்

இகலடு கற்பின் மிஞிலியொடு தாக்கித்
தன்னுயிர் கொடுத்தனன் சொல்லியது அமையாது

(அகம் 396: 2-6)

என்றும்,

.... ஒன்னார்
ஓம்பரண் கடந்த வீங்கு பெருந்தானை
அடுபோர் மிஞிலி செருவேல் கடைஇ
முருகுறழ் முன்பொடு பொருதுகளஞ் சிவப்ப
ஆஅய் எயினன் வீழ்ந்தென (அகம் 181: 3-7)

என்றும்,

கடும்பரிக் குதிரை ஆஅய் எயினன்
நெடுந்தேர் மிஞிலியொடு பொருதுகளம் பட்டென

(அகம் 148: 7-8)

என்றும் பரணர் கூறுகிறார்.

ஆஅய் எயினன் இறந்த பிறகு அவனுடைய உடம்பை அவனுடைய மனைவியரிடம் கொடுக்காமல் இருந்தான் நன்னன். அதனால் அவர்கள் பூசல் உண்டாக்கினார்கள். அப்போது அகுதை என்னும் சிற்றரசன் பூசலை நீக்கி அவன் உடம்பை அவர்களுக்குக் கொடுத்தான்.

வெளியன் வேண்மான் ஆஅய் எயினன்
அளியியல் வாழ்க்கைப் பாழிப் பறந்தலை
இழையணி யானை இயல்தேர் மிஞிலியோடு
நண்பகல் உற்ற செருவிற் புண் கூர்ந்து
ஒள்வாள் மயங்கமர் வீழ்ந்தெனப் புள்ளொருங்கு
அங்கண் விசும்பின் விளங்கு ஞாயிற்று
ஒண்கதிர் தெறாமைச் சிறகரிற் கோலி
நிழல்செய் துழறல் காணேன் யானெனப்
படுகளங் காண்டல் செல்லான் சினஞ் சிறந்து
உருவினை நன்னன் அருளான் கரப்பப்
பெருவிதுப் புற்ற பல்வேள் மகளிர்

குரூஉப் பூம்பைந்தார் அருக்கிய பூசல்
வசைவிடக் கடக்கும் வயங்கு பெருந்தானை
அகுதை களைதந் தாங்கு   (அகம் 208: 5-18)

என்றும் இச்செய்திகளைப் பரணர் தமது செய்யுள்களில் கூறுகிறார். பரணர்,இமயவரம்பன் நெடுஞ்சேரலாதன், அவன் மகன் நார்முடிச் சேரல், மற்றொரு மகன் சேரன் செங்குட்டுவன் ஆகியோர் காலத்தில் இருந்தவர். சேரன் செங்குட்டுவன் மீது 5-ஆம் பத்துப் பாடியவர். அப்போது அவர் வயது முதிர்ந்தவராக இருந்தார். அவர் காலத்துக்குப் பின் செங்குட்டுவன் செய்த போர்களும் நிகழ்ச்சிகளும் அவனைப் பாடிய ஐந்தாம் பத்தில் இடம்பெறவில்லை.

5. கடம்பும் கடம்பரும்

கடல் துருத்தி என்னுந் தீவில் கடம்ப மரத்தைக் காவல் மரமாக வைத்திருந்த குறும்பரைச் சேரர் வென்று அடக்கியதை இந்நூலில் கூறினோம். அந்தக் கடம்ப மரத்தையும் பிற்காலத்தில் இருந்தவரான கடம்ப குல அரசரையும் இணைத்து இக்காலத்தில் சிலர் சரித்திரம் எழுதுகிறார்கள். அத்தவறான கருத்தை இங்கே விளக்குவோம்.

கடல் துருத்தியில் இருந்தவர் துளு நாட்டைச் சேர்ந்தவர். அவர்கள் துளு நாட்டு நன்னனுக்கு அடங்கியிருந்தவர்கள். அவர்கள் அத்தீவில் தங்கள் காவல் மரமாகக் கடம்ப மரத்தை வளர்த்து வந்தார்கள். ஆனால், அவர்களுக்குக் கடம்பர் என்று பெயர் இருந்ததில்லை. இக்காலத்து ஆராய்ச்சிக்காரர்களில் சிலர் கடம்ப மரத்தைக் காவல் மரமாகக் கொண்டிருந்த இத்தீவினரைக் கடம்பர் என்று தவறாகக் கருதிக்கொண்டனர். இவ்வாறு தவறாகக் கருதிக்கொண்டு, பிற்காலத்தில் பனவாசி (வனவாசி) நாட்டை அரசாண்ட கடம்ப அரசர்களின் முன்னோர்கள் இத்தீவில் இருந்தவர் என்று எழுதிவிட்டார்கள். கடம்ப மரத்தைக் காவல் மரமாகக் கொண்டிருந்த காரணத்தினாலே அவர்களைக் கடம்பர் என்று கூறுவது தவறு. சங்க நூல்களில் அவர்கள் கடம்பர் என்று கூறப்படவில்லை. இதனை இவர்கள் சிறிதும் அறியவில்லை.

மோகூரிலிருந்த பழையன் சந்ததியார் வேப்பமரத்தையும் குறுக்கை என்னும் ஊரில் இருந்த திதியன் பரம்பரையினர் புன்னை மரத்தையும் நன்னன் பரம்பரையார் பாழி என்னும் ஊரில் வாகை மரத்தையும் காவல் மரமாக வளர்த்து வந்தார்கள் என்பதைச் சங்க நூல்களில் காண்கிறோம். ஆனால், இவர்கள் வேம்பர், புன்னையர்

வாகையர் என்று பெயர் கூறப்படவில்லை. அதுபோலவே கடம்ப மரத்தைக் காவல் மரமாகக் கொண்டிருந்தவர் கடம்பர் என்று பெயர் பெறவில்லை. இதனையறியாமல் இக்காலத்து ஆராய்ச்சிக்காரர்களில் சிலர், இத்தீவிலிருந்தவரைக் கடம்பர் என்று தவறாகக் கருதிக்கொண்டு, பிற்காலத்திலிருந்த கடம்ப அரசரின் முன்னோர்கள் இவர்கள் என்று பிழையான கருத்தைத் தவறாக எழுதிவைத்துள்ளனர்.

பனவாசி அரசராகிய கடம்பர் கடம்ப மரத்தின் பெயரைக் கொண்டவர் என்றும், அந்தக் கடம்பமரம் கடற்றுருத்தியில் இருந்த கடம்ப மரம் என்றும், ஆகவே இக்கடம்ப மரத்தை வெட்டிய நெடுஞ்சேரலாதன் கி.பி. 5-ஆம் நூற்றாண்டின் பிற்பகுதியில் பிரபலமாக இருந்த கடம்ப அரசர் காலத்தில் இருந்தவன் என்றும் தம் மனம் போனபடி எல்லாம் சான்று இல்லாமல் எழுதிவிட்டார். தமிழர் சரித்திரம் என்னும் நூல் ஆங்கிலத்தில் எழுதிய பி.டி. சீநிவாச ஐயங்கார் (History of the Tamils, P.T. Srinivasa Iyengar, 1927, p.501) காவல் மரமாக இருந்த கடம்ப மரத்துக்கும் பிற்காலத்தில் இருந்த கடம்ப அரசருக்கும் என்ன உறவு? அந்த உறவுக்கு என்ன சான்று? யவனக் கப்பல்களைத் தங்கள் நாட்டுத் துறைமுகத்துக்கு வராதபடி தடுத்ததற்காகக் கடல் தீவில் இருந்தவர்களை வென்று அவர்கள் வளர்த்திருந்த கடம்பமரத்தை வெட்டி அடக்கினான் நெடுஞ்சேரலாதன். அது நிகழ்ந்தது கி.பி. 2-ஆம் நூற்றாண்டில், யவன வாணிபம் தமிழ்நாட்டுடன் நடந்து வந்த காலத்தில். ஏறத்தாழ கி.பி. 250-இல் தமிழ்நாட்டுடன் நடைபெற்ற யவன வாணிபம் நின்று விட்ட பிறகு கி.பி. 5-ஆம் நூற்றாண்டில் நெடுஞ்சேரலாதன் இருந்தான் என்று சரித்திரம் எழுதுகிறார் சீநிவாச ஐயங்கார்!

கே.ஜி.சேஷையரும் இந்தத் தவற்றைச் செய்கிறார். நெடுஞ்சேரலாதன் வென்ற இத்தீவின் மக்கள் பிற்காலத்தில் இருந்த கடம்ப குல அரசரின் முன்னோராக இருக்கலாம் என்று இவர் கூறுகிறார். (Cera kings of the Sangam Period, K.G. Sesha Aiyar, 1937, p.11,12) ஆனால், சீநிவாச ஐயங்கார் எழுதியது போல இவர் நெடுஞ்சேரலாதன் கி.பி.5-ஆம் நூற்றாண்டில் இருந்தவன் என்று எழுதவில்லை. அவன் கி.பி.2-ஆம் நூற்றாண்டினன் என்பதே இவர் கருத்து.

சேரன் செங்குட்டுவன் என்னும் நூலை எழுதிய மு. இராகவையங்காரும், கடல் துருத்தியில் இருந்தவருக்கும் பிற்காலத்தில் இருந்த கடம்ப அரசருக்கும் தொடர்பு கற்பிக்கிறார். 'சேரலாதன் பகைவர் (கடல் துருத்தியில் கடம்ப மரத்தைக் காவல் மரமாக வளர்த்திருந்தவர்) கடம்பைத் தம் குலமரமாகக் கொண்டு

மைசூர் தேசத்தின் மேல் பாலை ஆண்ட கதம்ப வேந்தராகக் கருதப்படுகின்றனர்' என்று அவர் எழுதுகிறார்.

கடல் துருத்தியில் கடம்ப மரத்தைக் காவல் மரமாகக் கொண்டிருந்தவர் வேறு. அவர்கள் கடம்பர் அல்லர். அவர்களுக்கு கடம்பர் என்ற பெயர் இருந்ததில்லை. பிற்காலத்தில் பனவாசி நாட்டை அரசாண்ட கடம்ப அரசர் வேறு. இவர்களையும் அவர்களையும் தொடர்புபடுத்துவது தவறு.

கடம்ப அரசர் குலத்தை உண்டாக்கிய மூல புருஷன் மயூரசர்மன் என்னும் பிராமணன். இவன் ஏறத்தாழ கி.பி. 360-இல் முடிசூடினான். இவனுடைய பிற்காலச் சந்ததியார் கடம்பர் என்று பெயர் பெற்றிருந்தனர். கடம்ப அரசர் குலத்தின் ஆதிபுருஷன் மயூரசர்மன் என்பதை அடியோடு மறந்துவிட்டு கடல் துருத்தித் தீவில் கி.பி.2ஆம் நூற்றாண்டில் இருந்தவர் கடம்ப அரசரின் முன்னோர் என்று இவர்கள் கூறுவது எவ்வாறு பொருந்தும்?

பதிற்றுப்பத்து 2-ஆம் பத்திலும் 5-ஆம் பத்திலும் சிலப்பதிகாரத்திலும் சேரர் கடம்ப மரத்தை வெட்டிய செய்தி கூறப்படுகிறது. இந்நூல்களில் ஓரிடத்திலேனும் இவர் கடம்பர் என்று கூறப்படவில்லை. கடம்ப மரந்தான் கூறப்படுகிறது. இதை ஆராயாமல் காவல் மரமாகிய கடம்ப மரத்தையும் பனவாசிக் கடம்ப குலத்து அரசரையும் பொருத்துவது தவறான செய்தியாகும்.

வடமலையாள நாட்டில் நன்னன் நினைவுகள்

-பி.எல். சாமி ஆராய்ச்சி 6- 1975.

ஆண்ட நாடு

சங்க நூல்களில் நன்னன் என்றொரு வேளிர் குல அரசனைப் பற்றிப் பல பாடல்கள் கூறியுள்ளன.

அகநானூறு, புறநானூறு, குறுந்தொகை, நற்றிணை, பதிற்றுப்பத்து ஆகிய தொகை நூல்களில் வரும் செய்திகள் கொண்கான நாட்டில் ஏழில் மலையையும், பாரம் என்ற நகரையும் ஆண்ட நன்னனைப் பற்றியவை.

பூழி நாட்டையும் நன்னன் ஆண்டதாகக் கூறப்பட்டுள்ளது. ஆனால், மலைபடு கடாம் என்னும் பாட்டில் பாட்டுடைத் தலைவன் நன்னன் சேய் நன்னன் என்று சொல்லப்படுவதால் நன்னனுடைய மகன் நன்னன் என்பது தெளிவாகின்றது.

நன்னன் ஆண்ட கொண்கானம், ஏழில் மலை, பூழிநாடு ஆகியவை இன்று தென்கன்னடத்தில் துளு பேசும் பகுதியாகவும் வடமலையாள நாட்டில் மலையாளம் பேசும் பகுதியாகவும் உள்ளன.

பூழி நாட்டின் தலைமையிடம் தற்போது மாஹி என்கிற பழைய பிரெஞ்சுத் திட்டில் பூழித்தலை என்னும் பெயருடன் இன்றும் உள்ளது.

நன்னனுடைய ஏழில் குன்று, பாரம் ஆகியவை கண்ணனூரிலிருந்து 15 மைல்களில் காணப்படுகின்றன.

மற்றொரு நாடு

நன்னன் சேய் நன்னனின் பல்குன்ற நாடும் தலைநகரமான செங்கண்மாவும் திருவண்ணாமலைக்கு அருகில் உள்ளன.

நன்னன் ஆண்ட வடமலையாள நாட்டிற்கும் நன்னன் சேய் ஆண்ட பல்குன்ற நாட்டிற்கும் 500 மைல்களுக்கு மேல் இடைவெளி இருக்கின்றது.

நன்னன் சிற்றரசன் ஆதலால், நன்னன் வேறு, நன்னன் சேய் நன்னன் வேறு என்பது தெளிவாகின்றது.

பல்குன்றநாட்டு நன்னன்

நன்னனுக்குப் பிறகு அவனுடைய மகன் ஏழில் மலையைக் கைவிட்டுப் பல்குன்ற நாட்டில் அரசு செய்தான்.

பூழி நாட்டு நன்னனைக் களங்காய்க் கண்ணி நார்முடிச் சேரல் தோற்கடித்துக் கொன்றுவிட்டதைக் கல்லாடனார் அகநானூற்றின் 199ஆம் பாட்டில் கூறியுள்ளார்.

நன்னனைத் தோற்கடித்து அவனது காவல் மரமான வாகையை நார்முடிச் சேரல் வெட்டியதாகப் பதிற்றுப்பத்திலும் கூறியிருப்பதைக் காணலாம். ஆதலின் கொண்கானத்து நன்னன் இறந்த பின் அவன் மகன் செங்கண்மா என்ற இடத்தில் புதியதாக ஒரு நாட்டில் அரசு கோலினான் என்று கொள்ள வேண்டும்.

கொண்கானத்து நன்னன், உதியன் நன்னன் என்று அழைக்கப்பட்டான். இவன் வேளிர் குலத்தில் பிறந்தவன். நன்னன் வேண்மான் என்று இவனை அகநானூறு 97-ஆம் பாட்டு கூறுகின்றது. வேளிர் குலத்தில் ஆயக்குடியில் பிறந்ததால் 'நன்னன் ஆய்' என்றழைக்கப்பட்டான்.

சங்க நூல்களில் நன்னன் ஆண்டதாகக் கூறப்பட்டுள்ள ஏழில் மலையை ஆராய்ந்தபோது சில செய்திகள் தெரிந்தன.

ஏழில் மலையை ஏழுமலையென்று மலையாளத்தில் பாமரமக்கள் அழைத்தாலும் அங்கு ஏழுமலைகள் இல்லை. ஏழில் மலையை ஏழிமலா என்றும் சிலர் அழைக்கின்றனர். சங்க காலப் பெயரோடு இந்தப் பெயர் ஓரளவு ஒத்துள்ளது.

ஏழில் என்று பெயர் பெற்றதன் காரணத்தை ஆராயலாம்.

குறுந்தொகையில் 138-ஆம் பாட்டில் வரும் 'ஏழில்' என்ற சொல் ஏழிலைப்பாலை மரத்தையும் குறிக்கலாம் என்று உ.வே. சாமிநாதய்யர் கூறியுள்ளார்.

'ஏழில் ஒரு மலை. இது நன்னன் என்பவனுக்கு உரியது. ஏழிலைப் பாலையென்னும் மரமும் ஆகும். இப்பெயர் கொள்ளுங்கால் உம்பரென்பதற்கு அப்பாலென்று கொள்க' என்று விளக்கவுரை கூறியுள்ளார்.

'கொன்னூர் துஞ்சினும் யாந்துஞ் சலமே
எம்மி லயல தேழி லும்பர்
மயிலடி யிலைய மாக்குர னொச்சி
அணிமிகு மென்கொம் பூழ்த்த
மணிமருள் பூவின் பாடுநனி கேட்டே'

-குறுந்தொகை 138

வீட்டின் அயலதாகிய ஏழிற்குன்றத்தின் மேலுள்ள நொச்சியின் பூக்கள் விழும் ஓசையைத் தலைவியும் தோழியும் இரவில் கேட்டதாக இப்பாட்டில் சொல்லப்பட்டுள்ளது.

நொச்சி மரம் வீட்டுக்கருகில் வளர்ந்ததாகவே பல சங்கப் பாடல்கள் கூறுகின்றன. ஏழில் மலையின் மேல் வளர்ந்த நொச்சியின் பூ வீழ்தல் ஓசையைக் கேட்டதாகக் கூறுவது பொருத்தமாகத் தெரியவில்லை. ஆதலின் ஏழிலைப் பாலை மரத்தின் அப்பால் வளர்ந்த நொச்சி என்றே பொருள் கொள்ள வேண்டும்.

ஏழிலைப் பாலை மரம்

ஏழிலைப் பாலை மரம் இன்றும் ஏழில் மலையில் இயற்கையாக வளர்வதைக் காணலாம்.

ஏழில் மலைக்குச் சென்று நேரில் நான் ஆராய்ந்த போது ஏழில் மலையே ஏழிலைப் பாலை மரங்கள் மிகுதியாக வளர்ந்ததால் பெயர் பெற்றதென்று தெரிந்து கொண்டேன்.

காஞ்சி, வஞ்சி, கொற்கை முதலிய பழைய நகரங்கள் மரத்தினால் பெயர் பெற்றன - கொற்கு என்ற பெயர் கொன்றை மரத்தின் பெயராக சங்க நூலில் (நற்றினை - 302) வருகின்றது. ஆதலின் கொற்கை என்ற ஊர் கொன்றை மரத்தின் பெயராலே தோன்றியதாகலாம். கால்டுவெல் கருதுவது போல் கடல் கரையைக் கொல்லும் இடம் என்று வலிந்து கூற வேண்டியதில்லை.

அதே போல ஏழில் மலையும் 'ஏழில்' என்ற ஏழிலைப் பாலை மரத்தால் பெயர் பெற்றதென்பதே பொருத்தமாகும்.

யாழ் வடிவம் இல்லை

ஏழில் என்பதற்கு யாழ் என்று பொருள் கொண்டு யாழ் வடிவாக மலையிருந்ததால் ஏழில் என்று பெயர் பெற்றதாக ஔவை துரைசாமிப் பிள்ளையவர்கள் கூறுவார்.

ஏழில் மலையை நேரில் சென்று பார்த்தபோது அது யாழ் வடிவமுடையதாகத் தெரியவில்லை. மற்றும் ஏழில் என்ற சொல் யாழைக் குறிக்கவுமில்லை.

ஏழிலை என்பதே 'ஏழில்' என்று குறுகி ஏழிலைப் பாலை மரத்தைக் குறித்து வழங்கிப் பின்னர் அம்மரம் நிறைய வளரும் மலையைக் குறித்தது.

ஏழிலை மரத்தை வடமொழியில் 'சப்தபர்னி' என்று மொழி பெயர்த்து வழங்கினார்கள்.

ஏழிலைப் பாலை மரம் இன்றும் மலையாள மக்களின் வாழ்க்கையில் முக்கியமானதாகும்.

பகவதி முதலிய பழந்தெய்வ வழிபாடுகளில் இந்த மரம் மிக முக்கியமானதாகும். ஏழிலைப் பாலை மரத்தை **ஏலிலம்பாலா** என்றும் அழைக்கின்றனர்.

பெயர் மாற்றங்கள்

ஏழில் மலை என்ற சங்க காலப் பெயரே ஏழுமலை. எலிமலை என்று பாமர மக்கள் வாயில் மாறிற்று. ஏழுமலை என்று பிற்காலத்தில் கொண்டதால் 'சப்தசைலம்' என்றும் மொழி பெயர்த்தனர். இடைக் காலத்தில் எலிமலையென்றும் வழங்கியதாகத் தெரிகின்றது.

13-ஆம் நூற்றாண்டில் மார்க்கோபோலோ 'எலி' என்ற நாட்டைப் பற்றி எழுதியுள்ளார். இது ஏழில் மலையைக் குறிப்பதாகும்.

இபின் பதூதாவும் (IbinBatuta) 'இலி' என்று இதைக் குறிப்பிட்டுள்ளனர். பிற்காலத்தில் (Mount Deli) என்று ஐரோப்பியர் இதை அழைத்தனர்.

எலிமலையென்று பாமரமக்கள் வாயில் வழங்கி அதையே வடமொழியார் மொழி பெயர்த்து 'மூஷிகப் பர்வதம்' என்றழைத்தனர்.

சந்திரோற்சவம் என்ற 13-ஆம் நூற்றாண்டு வடமொழி நூலில் மூஷிக வம்சத்தைப் பற்றிக் கூறப்பட்டுள்ளது.

'பழமலையைக் கிழமலையென் றறைவ தென்னோ'

என்று இராமலிங்கர் பாடியது போல ஏழில் மலையை எலிமலை என்றது நகைப்புக்கிடனாயிருக்கிறது.

ஆய்வாளர் கருத்து

இந்த அரசர்கள் ஆண்ட இடத்தை **எலிகோயிலகம்** என்று கூறுவர்.

ஸ்ட்ராபோ (Strabo) என்ற கிரேக்க ஆசிரியர் "முசிகானோஸ்" (Mousikanos) என்ற நாடு இந்தியாவில் தூரத் தெற்கில் இருந்ததாகக் குறிப்பிட்டார். இதைச் சில அறிஞர்கள் கேரளத்து மூஷிகநாடு என்றும், வேறு சிலர் சிந்து நதிப் பள்ளத்தாக்கின் கீழ்ப்பகுதியென்றும் கொண்டனர்.

பேராசிரியர் ராய் சௌத்ரி கேரளத்து மூஷிக நாடாக இருக்கலாம் என்று கருதுகிறார்.

நந்தர்கள் ஆண்ட காலத்திலேயே வெளிநாட்டாருக்குப் பாண்டிய, சோழ நாடுகள் போல ஏழில்மலையும் தெரிந்த இடமாக இருந்திருக்கலாம். மூஷிக கானம் என்ற பெயரையே கிரேக்க நூலாசிரியர் குறிப்பிட்டுள்ளதாகக் கருதலாம்.

மூவன் யார்?

மூஷிக வம்சம் என்ற வடமொழி நூலில் பிற்காலத்தில் ஆண்ட அரசர் பெயர் வரிசையில் நன்னன் பெயரும் மூவன் பெயரும் காணப்படுகின்றன.

மூவன் என்ற தலைவன் பெயர் புறநானூற்றில் (209) வருகின்றது. இவன் 'சேய்' என்றழைக்கப்படுகின்றான்.

மூவன், மூவன் சேய் என்ற இரு தலைவர்கள் குறிக்கப்படு கின்றார்கள். நன்னன், நன்னன் சேய் என்ற உறவுப் பெயர்களைப் போல மூவன், மூவன் சேய் என்ற பெயர்கள் வழங்குவது கவனிக்கத்தக்கது. இவ்வழக்கு சேர நாட்டு வழக்கு போலத் தோன்றுகிறது.

நற்றிணையில் சேரமான் கணைக்காலிரும் பொறை மூவனைக் கொன்று அவனுடைய பல்லைப்பிடுங்கி தொண்டிநகர் வாயிற்கதவில் அழுத்தி வைத்ததாகக் கூறப்பட்டுள்ளது.

அம்மூவன் என்ற புலவர் தொண்டி, மாந்தை முதலிய சேர நாட்டூர்களைப் பாடியதால் சேர நாட்டினராகக் கருதப்படுவார்.

மூஷிக வம்சத்தில் வரும் நன்னன், மூவன் என்ற பெயர்கள் பிற்காலத்திலும் இங்கு ஆண்ட மன்னர்கள் இங்கு வாழ்ந்த சங்ககால மன்னர் பெயர்களைச் சூட்டி வந்ததைக் குறிப்பிடும்.

நன்னன் பெயர் வழக்கு

நன்னன் என்ற பெயரைத் தமிழ் நாட்டில் மக்களுக்குப் பெயராக இன்று வழக்கில் காணமுடியாது.

ஆனால், ஏழில் மலைக்கருகில் உள்ள நீலேஸ்வரம் ஊரில் மீனவர்களிடையே 'நந்தன்' என்ற பெயர் மக்கள் பெயராக வழங்கினதைக் கண்டேன். பெயரொலிப்பில் தந்நகரம் இருப்பது குறிப்பிடத்தக்கதாகும்.

பிற்காலத்தில் தமிழ்க் கல்வெட்டுகளில் நன்னன் என்ற பெயர் குறுநில மன்னர்களின் பெயராகவும், தஞ்சாவூர் பெருவுடையார் கல்வெட்டில் இடையர்களின் பெயராகவும் காணப்படுவது கருதத்தக்கது.

'சாத்தமங்கலத்து இருக்கும் இடையன் கண்டன்
கருவேல்னும்... நந்நன் நீலனும்'

என்று வரும் கல்வெட்டு வரியில் தந்நகரமே பயில்வதைக் காணும்போது மலையாள மொழியில் வழங்கும் தந்நகரமே சங்ககாலத்திலும் நன்னன் (நந்நன்) பெயரில் வழங்கியிருக்க வேண்டும் என்று கருத இடமுண்டு.

சுற்றுச்சூழல்

ஏழில் மலையைச் சுற்றி மூன்று பக்கங்களிலும் நீர்ப்பரப்பு உள்ளது. ஒரு பக்கத்தில் கடலும் இரு பக்கங்களில் ஆறும் உள்ளன. ஆதலின் ஏழில் மலையை அணுகுவது எளிதன்று.

ஏழில் மலையை அடைய புன்னைக் கடவு என்ற இடத்தில் படகில் ஆற்றைக் கடக்க வேண்டும். ஆனால், சென்ற ஆண்டு பாலங்கள் கட்டினதால் ஏழில் மலையை அடைய எளிதாகியுள்ளது.

கொற்றிப்புழை

ஏழில் மலைக்கருகில் கொற்றியூர் உள்ளது. கொற்றிக் கடவு, கொற்றிப் புழை என்ற துறையும் ஆறும் இருக்கின்றன.

கொற்றியூர் காடு அடர்ந்த இடத்தில் அம்மாறக்கல் என்ற பெயருள்ள பாறை உள்ளது. இந்தப் பாறையைச் சக்தி வாய்ந்த அம்மனாகக் கருதி 12 ஆண்டுகளுக்கு ஒரு முறை மலையாளத்தில் பல இடங்களிலிருந்து மக்கள் வந்து குழுமிப் பலிபூசை நடத்துகிறார்கள்.

இந்த அம்மாறக்கல் அம்மன் இருக்கும் இடமே நன்னனது பாழியிருந்த இடம் என்று கருதலாம்.

கொற்றி என்பது கொற்றவை என்பதன் மாற்றமாகும்.

பாழி – எது?

பாழியில் இருந்த ஒரு கடும் பேய்க்கு ஆட்பலி கொடுக்கும் வழக்கம் இருந்ததைச் சங்கப் பாடல்கள் கூறுகின்றன.

அகநானூற்றில் 142-ஆம் பாடலில் 'ஊட்டு அருமரபின் அஞ்சு வரு பேஎய்க்கூட்டு எதிர்கொண்ட' என வருகின்றது. அதிகனைக் கொன்று ஆட்பலி ஊட்டுவதாக மிஞிலி வஞ்சினம் கூறினான் என்று குறித்துள்ளது. இந்தப் பேயே பிற்காலத்தில் கொற்றியாகவும் அம்மனாகவும் விளக்கப்பட்டிருக்கலாம்.

கொத்தி என்ற சொல்லுக்கு ஒரு பேய் என்று பொருளகராதி பொருள் கூறியுள்ளது.

ஆதலின் இன்று ஏழில் மலையிருக்கும் கொற்றிப் புழைக்கருகில் பாழிச் சிலம்பு இருந்திருக்கலாம்.

ஒளவை துரைசாமிப் பிள்ளையவர்கள் வட கன்னடத்தில் உள்ள பாட்கல் என்ற ஊரின் பெயரே பாழிக்கல் என்று மாறிற்று என்று கொண்டார். பாட்கல் என்ற ஊர் ஏழில் மலைக்கு வெகு தொலைவில் உள்ளதாகும்.

'பாரத்துத் தலைவன் ஆர நன்னன்
ஏழில் நெடுவரைப் பாழிச்சிலம்பில்
களிமயில் கலாவத்தன்ன'

நன்னனைப் பற்றிய மேற்கண்ட சங்கப் பாடல்களிலிருந்து (அகம் *152:12-14*) ஏழில் மலையிலேயே பாழி இருந்திருக்க வேண்டும் என்று தெரிகின்றது. பாழிச் சிலம்பை ஏழில் மலைத் தொடரிலேயே அல்லது அதன் அருகிலேயே காண வேண்டியதாகும்.

'பூழி நாட்டார் சிறுகுளத்தைப் பாழி என்று அழைப்பர்' என்று மயிலை நாதர் கூறியுள்ளார். இதை நன்னன் பாழி என்றும் அழைத்தனர்.

அகநானூற்று 375-ஆம் பாடலில் சோழன் இளம் பெருஞ்சென்னி 'செம்புரிசைப் பாழியை' அழித்ததாகக் கூறியதைக் காணலாம். அதனால், இந்தச் சோழ அரசனுக்குச் 'செருப்பாழி எறிந்த' என்ற அடைமொழி வந்தது.

நன்னன் பாழியில் ஒரு நிலைச் செருவை (Standing Ariy) வைத்திருந்தான் என்று கருதலாம்.

பாழியை நன்னன் நன்கு பாதுகாத்தான் என்பதை 'அருங்கடி பாழி' என்று கூறுவதிலிருந்து தெரிந்து கொள்ளலாம்.

பதிற்றுப்பத்தின் நான்காம் பதிகமும் ''உருள் பூங்கடம்பின் பெருவாயில் நன்னனை நிலைச் செருவினாற்றலை அறுத்தவன்'' என்று நார்முடிச் சேரலைப் புகழ்ந்துள்ளதைக் கவனிக்க வேண்டும்.

செருவத்தூர்

ஏழில் மலைக்கருகில் இன்றும் கடற்கரையாக செருவத்தூர் என்ற ஊர் உள்ளது. இவ்வூரின் இரு பகுதிகள் காரி என்றும் ஓரி என்றும் இன்றும் அழைக்கப்படுகின்றன. இப்பெயர்கள் சங்ககால குறுநில மன்னர்களான காரி, ஓரியின் நினைவாகக் காணப்படுகின்றது.

பாரம் நாடு

'பாரத்துத் தலைவன் ஆர நன்னன்' (அகம் 152) என்று சங்கப் பாடல்களில் அழைக்கப்படுகின்றான்.

பாரம் என்ற ஊர் ஏழில் மலை அருகிலே பத்துமைல் தொலைவில் உள்ளது. பாரம் இப்போது சிற்றூராக உள்ளது. இங்குப் பழைய கோயில் ஒன்றும் உள்ளது. கல்வெட்டுகள் இல்லை. 'ஜீப்' வண்டியில்தான் செல்ல முடியும்.

பாரத்தைச் சுற்றிப் பெரிய பறம்புகள் உள்ளன. முரம்பு நிலமான மேட்டிடம் எங்கும் காணப்படுகின்றது. பனையால் என்ற ஊருக்கு அருகில் பாரம் உள்ளது. இங்குக் 'கோட்டப்பாறா' என்ற சிறு மேட்டிடம் உள்ளது.

இந்த ஊரில் செவிவழிச் செய்திகள் சில கூறுகின்றனர்-

இங்குக் கோட்டையைக் கட்டி மாதிகர் என்ற சாதியினர் ஆண்டு வந்தனர் என்றும்; அவர்களில் ஓர் அரசன் நன்னன் என்றும் அவன் தோலில் நாணயங்கள் செய்து வெளியிட்டான் என்றும் கூறுகின்றனர். மாதிகர்கள் இன்று தோலில் தொழில் செய்யும் கீழ்ச் சாதியாகக் கருதப்படுகின்றனர்.

இங்குள்ள பறம்பின் மேல் ஏறிக் கீழிறங்கினால் கானாற்றங் கரையில் பாரம் என்ற ஊர் உள்ளது. நன்னன் பறம்பு என்பதை இங்கு வந்து நேரில் பார்த்தால் தான் நன்கு புரிந்து கொள்ள முடிகின்றது.

சாணைக்கல்

இத்தகைய பறம்பில் உள்ள முரம்பு நிலத்தில் குருந்தக்கல் கிடைப்பதாகக் கண்டுபிடித்துள்ளனர். இந்தக் கல் சாணை பிடிக்கும் கல் செய்யப் பயன்படுகின்றது. 'இதையொட்டித் தென் கன்னடத்திலும் குருந்தக்கல் நிறையக் கிடைக்கின்றது'.

சங்க நூல்களில் இந்தக் குருந்தக்கல்லைச் சாணைக் கல்லாக்கின தொழில் பற்றிச் செய்தி வருகின்றது.

காரோடன்

நன்னன் பறம்பில் சாணைக்கல் செய்யும் காரோடன் எனப்படும் தொழிலாளர் வாழ்ந்தனர் என்று அகநானூறு கூறுகின்றது.

'தொன்னிசை சாலாமை நன்னன் பறம்பிற்
சிறுகா ரோடன் பயினொடு சேர்த்திய
கற்போல் நாவினேன் ஆகி மற்றது' *(அகம். 356: 8-10)*

சிறுகாரோடன் என்ற சாணைக்கல் செய்யும் தொழிலாளன் பிசினோடு சேர்த்த கல்போல உறுதியானது என்று அகநானூறு கூறியுள்ளது.

சாணைக்கல் செய்வோரின் சங்க காலப் பெயரான 'காரோடன்' பல்லவர்கள் காலத்தில் சாணைக்கல்லுக்கே வணிகப் பெயராக மாறியது.

கோபால தேவனின் ஹாஸ்தியூர் கன்னடச் செப்பேட்டில் கொளகுப்பை, ஜெவாஸி, லாரல், கர்ஸபிண்டம், கெம்பைக் காரோடம் என்ற வணிக உரிமைப் பெயர்கள் காணப்படுகின்றன.

இப்பெயர்கள் வேறு எந்தத் திராவிட மொழிக் கல்வெட்டுகளிலும் காணப்படவில்லை.

இந்தப் பெயர்களில் 'கெம்பைக்காரோடம்' என்பது சங்ககாலப் பெயரைக் கொண்டுள்ளது.

கெம்பை என்ற சொல் செம்பு என்று தமிழில் வழங்கும் செம்மை என்ற பொருள் தரும்.

சங்க காலத்திலிருந்தே சாணைக்கல் செய்யும் தொழில் இங்கும் தென் கன்னடத்திலும் முக்கியமானதாக இருந்து அதை ஒரு வணிக உரிமையாகப் பல்லவர்கள் வழங்கியிருக்கலாம்.

நன்னன் பறம்பில் சாணைக்கல் செய்த காரோடர்களைப் பிற்காலத்தில் பறம்பர் என்று அழைத்தனர்.

திவாகர நிகண்டு, காரோடன் என்ற பெயரை உறைகாரருக்கு உரிய பெயராகக் கூறியுள்ளது.

தோல் உறை தைப்போர்

அடியார்க்கு நல்லார் உரையில் தோல் தைப்பவர்க்கு 'உறைகாரர், பறம்பர்' என்ற பெயர்கள் இருந்ததாகக் கூறியுள்ளார்.

காரோடன்மார் பிற்காலத்தில் சாணைக்கல் தொழிலை விட்டுத் தோல் உறை தைக்கும் தொழிலைச் செய்ததனால் பறம்பர், உறைகாரர் என்றழைக்கப்பட்டனர். இந்த உறைகாரர் பிற்காலத்துக் கல்வெட்டுகளில் கூறப்படுகின்றார்கள்.

சச்சவிட வணிகர், சேனையங்காடிகள், கோயிலங்காடிகள், செக்கு வணிகர், உறைகாரர் ஒன்றுகூடி, தனிநின்று வென்றான் நல்லூர், மாதேவிமங்கலம் ஆகிய ஊர்களையும் அஞ்சினான் புகலிடமாக நிறுவினார்கள் - என்று ஒரு கல்வெட்டு E (pi.Rept 62/32-34) சொல்லுகின்றது.

நன்னன் பறம்பில் இருந்த காரோடன்மார்கள் பிற்காலத்தில் உறைகாரர்கள் ஆனதால் அங்கு வாழ்ந்தவர்களைச் சக்கிலியர்களான மாதிகர்கள் என்றும், நன்னனும் அந்தக் குலத்தைச் சேர்ந்தவன் என்றும் கதை கட்டினார்கள்.

பாரம் என்னும் இடத்திலிருந்து இரண்டு மைல் தொலைவில் உதுமா என்னும் ஊர் உள்ளது. இவ்விடத்தில் மலையாளமும் கன்னடமும் பேசப்படுகின்றது.

பாரம் என்று ஊர்களில் இன்றும் நன்னனைப் பற்றிச் செவிவழிச் செய்திகள் வழங்குகின்றன.

நாடு வாழி

நன்னன் ஒரு நாடு வாழி என்றும் அவன் கொடுமை மிக்கவன் என்றும் பாரத்தில் கூறினர். நாடு வாழி என்ற பெயர் மலையாளத்தில் குறுநில மன்னர்க்கு இன்றும் பேச்சுவழக்கில் வழங்குகின்றது.

பதிற்றுப்பத்தில் செல்வக்கடுங்கோ வாழியாதனைப் பற்றிக் கபிலர் பாடியுள்ளார். செல்வக்கோ என்பது அவன் இயற்பெயராகச் சொல்லப்படுகின்றது.

வாழி என்பது குறுநில மன்னனைக் குறித்ததாகலாம். நாலாயிர திவ்யப் பிரபந்தத்திலும் குறையலூர் வாழி என்று திருமங்கை மன்னனை அழைத்திருப்பதைக் காணலாம்.

வாழ்ச்சா – வாழ்ச்சி

பிற்காலத்தில் வடமலையாளத்தில் தோன்றிய சிறக்கல் கோவிலகத்துச் சிற்றரசர்களைக் **'குறுவாழ்ச்சா'** என்றழைப்பதைக் காணலாம்.

குறுவாழ்ச்சி என்ற பெயர் சிறிய நாடுவாழி அல்லது அரசன் என்று பொருள்படும்.

பதிற்றுப்பத்தில் (56) வரும் வாழ்ச்சி என்ற பெயரும் மன்னனைக் குறித்து வழங்கியதாகத் தெரிகின்றது.

பத்தாம் நூற்றாண்டில் வாழ்ந்த தாணு ரவி என்ற சேர அரசனின் கல்வெட்டில் 'நாடுவாழ்தல்' என்ற பெயர் அரசன் அல்லது குறுநிலத் தலைவன் என்ற பொருளில் வழங்கியிருப்பதைக் காணலாம்.

சில சொல்வழக்குகள்

கோவாழி, கோச்செய்தல் என்ற வழக்குகள் அப்பர் தேவாரத்தில் அதிகாரம் செய்தல் என்ற பொருளில் வந்திருக்கின்றன.

கோத்தொட்டு, கோக்கொள்ள என்ற வழக்குகள் பல்லவர் செப்பேடுகளில் காணப்படுகின்றன. பல்லவர்கள் தங்களைத் தமிழ்நாட்டு அரசர்கள் என்று வற்புறுத்துவதற்காகவே 'கோவிசைய' என்ற கல்வெட்டுகளில் துவக்கும் வழக்கைக் கையாண்டனர்.

கோவிசைய என்ற வழக்கு கோவாழி என்ற சங்கநூல் வழக்கு போன்றதேயாகும். நன்னன் முதலில் சேர அரசர்களுக்குக் கீழ் ஏழில் நாட்டிற்கு அதிகாரம் செய்து வாழ்ந்து, பின்னர் அரசனானான் என்று கருதலாம்.

ஆதலால் நன்னனை இன்றும் நாடுவாழி என்று வடகேரளத்தில் கூறுகின்றனர்.

நன்னனைக் கொடுமை மிக்கவன் என்று கூறுவதைத் தென்கன்னடத்திலும் செவிவழிச் செய்தியாகக் கேள்விப்பட்டேன்.

நாடகம்

காசர்கோட்டில் துளு மொழியிலும் கன்னட மொழியிலும் புலமை பெற்ற ராமன் நாயக் என்ற பண்டிதரைக் கண்டு மன்னனைப் பற்றிச் சில செவிவழிச் செய்திகளைத் தெரிந்து கொண்டேன்.

ராமன் நாயக் என்ற பண்டிதர் நன்னனைப் பற்றி ஒரு நாடகம் எழுதி அதை உயர்நிலைப் பள்ளியில் நடத்தினாராம். நன்னன் என்ற அரசன் விழுந்துகிடந்த மாங்காய்களைப் பொறுக்கிய குழந்தைகளின் கைகளைக் கத்தியால் வெட்ட வைத்தானாம். அவ்வளவு கொடுமையுடையவனாம்.

சங்க நூல்களில் நன்னனைப் பற்றி ஒரு செய்தி கூறப்பட்டுள்ளது. நன்னனுடைய தோட்டத்தில் இருந்து நறியமாவின் காய் ஆற்றில்

விழுந்து அடித்துச் செல்லப் பெற்றது. குளிக்கச் சென்ற ஒரு சிறுமி அந்த மாங்காயை எடுத்துத் தின்றதற்காக நன்னன் கொலைத் தண்டனை விதித்தான்.

அவள் புரிந்த பிழைக்கு எண்பத்தொரு யானைகளையும் அவள் நிறையளவு பொன்பாவையும் கொடுப்பதாகச் சொல்லியும் நன்னன் கொலைத் தண்டனையை நிறைவேற்றினான். அதனால் பெண் கொலை புரிந்த நன்னன் என்று பரணரால் இகழப்பட்டான்.

சங்க காலத்துச் செய்தி இன்றும் செவிவழிச் செய்தியாகச் சிறிது மாறித் தென் கன்னடத்திலும் பண்டிதர் நாயக் கூறிய செய்தியாக வழங்கி வருகின்றது.

சிறுமி மாங்காயை எடுத்துத் தின்றதற்காகக் கொலை செய்த நன்னன் செய்தி, வேறு வகைக் கதையாக மாறி, மலபாரில் மட்டும் நடத்தப்படும் தெய்வ ஆட்டங்கள், பேயாட்டங்களிலும் வருகின்றது.

கோலத்து நாடு

நன்னன் ஆண்ட நாட்டைப் பிற்காலத்தில் கோலத்து நாடு என்று வழங்கினர். கோலஸ்திரி, கோலத்திரி என்ற பெயர்கள் மூஷிகவம்சம் என்ற நூலில் காணப்படுகின்றன.

கோலம் – பெயர் விளக்கம்

இங்குக் கோலம் பூண்டு ஆடும் வழக்கம் உள்ளதால் கோலத்துநாடு, கோலஸ்திரி நாடு என்ற பெயர்கள் தோன்றின.

இந்தக் கோலங்கள், திராவிட மரபில் ஆடும் தெய்வ ஆட்டங்களாகும். இந்த ஆட்டங்களை வேலன், பாணன், மலையன் முதலிய திராவிடக் குடிகளே பெரும்பாலும் ஆடுகின்றனர்.

நாயர்களோ, நம்பூதிரிகளோ ஆடுவதில்லை.

ஆட்டங்கள் பலவகை

இந்த ஆட்டங்கள் வீரர்களையும், வீராங்கனைகளையும், குட்டிச்சாத்தான், சாமுண்டி முதலிய பழந்தெய்வங்களையும், இந்து மத தெய்வங்களையும் பாவித்து ஆடுவனவாகும்.

கண்ணகி பகவதியானபோது பகவதியாட்டம் பரவியது.

உடன் கட்டையேறிய பெண்ணைத் தெய்வமாக்கி செம்மறத்தி என்ற ஆட்டம் ஆடுவர். வைரிஜாதன் முதலிய வீரர்களையும் பாவித்து ஆடுவர்.

இந்த ஆட்டங்கள் ஆடுவோர் முகத்திலும் உடம்பிலும் அழுத்தமான சாய்வரிகள் பூசித் தென்னை ஓலையாலும், மூங்கில் பிளாச்சுகளாலும் (பத்தை), அட்டைகளாலும் செய்த உடைகள், காதுகள், மகுடங்கள் அணிந்து பயங்கரத் தோற்றமுடையவர்களாகக் காணப்படுவார்கள்.

இந்த ஆட்டங்கள் ஆடும் பூசாரிகள் களம் இழைத்துக் களத்தில் ஆடுவர். இந்தக் களங்கள் சங்க நூல்களில் கூறியவண்ணம் கட்டங்களை உடையன.

களங்களில் ஆடு, கோழி குருதிப்பலி நடக்கும். இந்தச் சடங்குகளை மலையாளத்து வேலன்மார் நடத்துங்கால் நான் பார்த்தபோது சங்கப் பாடல்களிலும் திருமுருகாற்றுப் படையிலும் வேலன் செய்யும் வெறியாட்டுச் சடங்குகளுடன் நெருங்கிய ஒற்றுமை இருப்பதைக் கண்டேன்.

கோலம் என்ற சொல் இன்று என்ன பொருளில் வடமலையாளத்தில் வழங்குகின்றதோ அதே பொருளில் சிலப்பதிகாரத்தில் வழங்குவதைக் காணலாம்.

குறள், மறம், சிந்து, சோனகன், பார்ப்பான், சடாதாரி என்ற வடிவம் கொண்டு ஆடும் கூத்து வகைகளைக் கோலம் என்ற பெயரால் பரதசங்கிரக நூலாசிரியர் கூறியுள்ளார்.

உரையாசிரியர் அடியார்க்கு நல்லார், சிந்து, பாறை, சோனகல், சடாதாரி ஆகிய கோலங்களைப் பல்வரிக் கூத்தாகக் கூறியுள்ளார்.

செங்குட்டுவன் கண்ட ஆட்டம்

சிலப்பதிகாரத்தில் கால்கோட்காதையில் 'கொங்கணக் கூத்தர் தங்குலக் கோதிய தகை சாலனியினராய் தம் கோலத்தால்' செங்குட்டுவனை மகிழ்வித்ததாகக் கூறியுள்ளதைக் கவனிக்க வேண்டும்.

கொங்கண நாடான நன்னன் ஆண்ட கொண்கான நாட்டினரே ஆடிய கோலத்தைச் செங்குட்டுவன் கண்டு மகிழ்ந்தான்.

கதகளி – வளர்ச்சி

இந்த ஆட்டங்கள் ஆடப்படும் கோலத்து நாடு இன்றும் கோலத்து நாடு என்றழைக்கப்படுவது வியப்பே. முகத்திலும்

உடம்பிலும் எழுதும் இந்த எழுத்து வரிக்கோலமே பிற்காலத்தில் கதகளி ஆட்டத்தில் எடுத்துக் கொள்ளப்பட்டது.

தரையில் எழுதும் வரிவடிவமும் பிற்காலத்தில் தமிழ்நாட்டில் கோலம் என்று அழைக்கப்பட்டது.

நன்னன் நாட்டில் ஆட்டம்!

தற்போது நன்னன் ஆண்ட நீலேஸ்வரத்தில் ஒரு தெய்வ ஆட்டம் ஆடப்படுகின்றது. இந்த ஆட்டம் கொலை செய்யப்பட்ட ஒரு சிறுவனைத் தெய்வமாகக் கற்பனை செய்து ஆடுவதாகும். இந்த ஆட்டக்கதையில் நன்னன் செய்த கொலையைப் பற்றிய கதை மாறி வழங்குவதைக் காணலாம்.

நீலேஸ்வரத்தில் குருப்பு என்பவனின் அடியாளான மாடு மேய்க்கும் சிறுவனான கண்ணன் என்பவன் மாமரத்தின் மேலிருந்து மாங்காய் தின்று கொண்டிருந்தான்

அப்போது குருப்பின் மருமகன் தன்னுடைய மாமரத் தோட்டத்தின் வழியாகச் சென்ற போது கண்ணன் தின்ற மாங்காய் தவறி மருமகன் மேல் விழுந்தது. இதற்காகக் குருப்பு சினங்கொண்டு கண்ணனை நாடு கடத்தினான்.

கண்ணன் மங்களூரிலே ஒரு துளுப் பெண்ணிடம் அடைந்து கடவுள் பக்தனாக வாழ்ந்தான்.

ஒரு நாள் தன்னுடைய நாட்டைக் காண வந்தான். கண்ணன் நீலேஸ்வரத்தில் தாமரைக் குளத்தில் குளிக்கும்போது குருப்பு கண்ணனைக் கண்டு சினந்து வெட்டித் தள்ளினான்.

கண்ணனைக் கொன்றதும் மாடுகள் செத்தன. பல துன்நிமித்தங்கள் தோன்றின. அதற்காகப் பரிசாந்தி செய்வதற்கு வெட்டுண்ட கண்ணனுக்குக் கோலங் கற்பித்து ஆடினர்.

இந்தக் கதையில் மாங்காயை எடுத்தது, அதற்காகக் கொன்று போட்டது ஆகிய இரண்டு செய்திகளும் நன்னன் வரலாற்றிலிருந்து எடுத்துக் கொள்ளப்பட்டுக் கண்ணன் என்பவன் மேல் ஏற்றப்பட்டதைக் காணலாம்.

குளிக்கச் சென்ற சிறுமி கொல்லப்பட்டது போல குளிக்கச் சென்ற சிறுவன் இந்தக் கதையில் கொல்லப்பட்டான்.

வேறொரு கதை

இதைப்போன்ற வேறொரு கதையை இபின் பதூதா கொல்லத்து அரசனுக்கு நிகழ்ந்ததாகக் கூறியிருப்பதைக் காணலாம்.

கொல்லத்து அரசன் கொடுமை வாய்ந்தவன் என்றும் அதற்கு ஒரு கதையும் கூறப்படுவதாகச் சொல்லியுள்ளான்.

ஒருநாள் கொல்லத்து அரசன் குதிரையில் செல்லும்போது உடன் சென்ற அவருடைய மருமகன் கிணற்றில் விழுந்த மாங்கனியை எடுத்தான். அரசனுக்கு மிகுந்த சினம் வந்தது. மருமகனின் வயிற்றைக் கீறிப் பிளந்து போடச் சொன்னான்.

இந்தக் கதை குருப்பும் அவனுடைய மருமகனும் போன்ற ஒரு கதையாகத் தெரிகின்றது. இக்கதையில் மருமகனே மாங்கனியை எடுத்ததாகச் சொல்லப்படுகிறான். ஆதலின் நன்னன் கதை பிற அரசர்கள் மேலும் ஏற்றப்பட்டு வெளிநாட்டுப் பயணிகளுக்கும் தெரிந்திருந்தது.

மற்றொரு கதை

இதைப்போன்று மற்றொரு கதையும் வட மலையாளத்தில் தெய்வ ஆட்டமொன்றில் வழங்குகின்றது.

தாழக்காட்டு மனை என்ற பிராமணருடைய வீட்டிலே ஒரு சிறுமி பலாமரத்தில் ஏறிப் பலாக்காயைப் பறித்தாள் என்று குற்றம் சாட்டப்பட்டு மாமனால் கொல்லப்பட்டாள்.

பின்னர், அந்தச் சிறுமியைக் கொன்ற காரணத்தால் பல கேடுகள் இயற்கையாக நிகழ்ந்ததால் தெய்வமான அச்சிறுமிக்குச் சாந்தி செய்து அவளை மனையில் போதி, மனையில் பகவதி என்று அழைத்துக் கன்னிக் கோலம் கட்டி ஆடலாயினர்.

இந்தக் கதையும் நன்னன் சிறுமியைக் கொன்ற வரலாறு போல உள்ளது.

மாங்காயைப் பறித்துக் கொல்லப்பட்டாள் என்று சங்க நூல்கள் கூறும். ஆனால், இக்கதையில் பலாக்காயைப் பறித்துக் கொல்லப்பட்டாள் என்று கூறப்பட்டுள்ளது.

மாவும் ஊரும்

பாரத்திற்கு அருகில் உதுமா என்ற ஊர் உள்ளது. நன்னனுடைய நறுமா இருந்த இடம் இந்த உதுமா என்ற ஊராகலாம். உதிர்மா என்பதே உதுமா என்றாயிருக்கலாம்.

நன்னனுடைய மகன் செங்கண்மாவில் ஆட்சியை நிறுவியதும் நன்னனைப் பற்றிய இக்கொடிய செய்தி அங்கும் வழங்கிற்று.

'அறுந்த மாங்கனி பொருந்திய செங்கம்'

என்ற இவ்வூரைக் குறிப்படுவர் என்று வடார்க்காடு மாவட்டத்தைப் பற்றி எழுதிய நூலில் எழுத்தாளர் **'சோமலெ'** குறிப்பிட்டுள்ளார்.

வடமலையாளத்திலும் தென் கன்னடத்திலும் நன்னனைப் பற்றிக் கூறப்படும் மற்றொரு செய்தி. நன்னன் பதுக்கி வைத்திருந்த செல்வத்தைப் பற்றியதாகும்.

தோல் நாணயங்கள்

நன்னன் நிறையத் தோல் நாணயங்களைச் சேர்த்து மறைத்து வைத்திருந்தானாம். அந்தத் தோல் நாணயங்களை நரியும் நாயும் தின்று போட்டனவாம்.

''நந்தா பதுக்கு நரிநாயி தின்னு ஹோயித்து'' என்று பழமொழி போல ஒரு மொழி பாரத்திலும் உதுமாயிலும் வழங்குகின்றது.

காசர்கோடு பண்டிதர் நாயக் என்பாரும் இந்தக் கதையைக் கூறினார்.

பொன் குவிப்பு

நன்னன் பாழியில் தொன்முதிர் வேளிர் பொன்னைச் சேர்த்து வைத்து இருந்தனர் என்று அகநானூற்றுப் பாடல் 258 கூறுகின்றது.

> ''நன்னன் உதியன் அருங்கடிப் பாழித்
> தொன்முதிர் வேளிர் ஓம்பினர் வைத்த
> பொன்னினும் அருமைநன் கறிந்தும் அன்னோன்''

(அகம் 258 :1-3)

'பொன்படு கொண்கானம் (நற்றிணை) பொன்படு கவான் (அகம் 173) என்று கூறப்பட்டுள்ளது. அகநானூறு 15-ஆம் பாட்டு நன்னனுடைய பாழி 'கடியுடை வியன்நகராகச் செறிந்த காப்புடன்' இருந்ததைக் கூறியுள்ளது.

தனது முன்னோர் சேர்த்து மறைத்த பொன்னைக் காக்க நிலைச்செரு ஒன்றை நன்னன் வைத்திருந்தான். அதனால் 'செருப்பாழி' என்று பெயர் பெற்றதாகவும் தெரிகின்றது.

ரோமரது நாணயங்கள்

நன்னன் பதுக்கி வைத்த பொன், ரோம நாணயங்களாக இருக்கலாம்.

ஏழில் மலைக்கருகிலும் பக்கத்து ஊர்களிலும் நிறைய கி.பி. முதல் நூற்றாண்டிலிருந்து கி.பி. ஐந்தாம் நூற்றாண்டுவரை வழங்கிய ரோம நாணயங்கள் மிகுதியாகக் கிடைத்திருக்கின்றன.

ஏழில் மலை நாட்டிலிருந்து மிளகை ஏற்றுமதி செய்து பெற்ற பெரும் பொன்னை நன்னனும் அவன் மூதாதையரும் பதுக்கி வைத்திருக்கக்கூடும்.

நன்னனுக்குக் காற்றின் வழியாக ஓங்குபுகழ் கானமர் செல்வியின் அருளால் பல்படை வெள்ளைப் புரவிகள் வந்தன என்று அகநானூறு 345ஆம் பாட்டு கூறுகின்றது.

"........................ வெண்கால்
பல்படைப் புரவி எய்திய தொல்இசை
நுணங்கு நுண் பனுவற் புலவன் பாடிய
இனமழை தவழும் ஏழிற் குன்றத்து" *(அகம். 345 :4-7)*

இந்தக் குதிரைகள் கப்பலில் நன்னனுக்கு வெளிநாட்டிலிருந்து இறக்குமதி ஆனவை என்று கருதலாம்.

'காலின் வந்த நிமிர்பரிப் புரவியும்' என்று பட்டினப்பாலை கூறுவதைக் கவனிக்க வேண்டும். கடல்வணிகத் தொடர்பு வெண்காற் குதிரைகள் (White Stockinged horses) இன்றும் மேல் நாட்டில் சிறந்த இனமாகக் கருதப்படுகின்றன. கி.பி. முதல் சில நூற்றாண்டுகளிலே ஏழில் நாட்டிற்கும் மேல் நாட்டிற்கும் வணிகம் நடந்திருக்கலாம்.

நன்னன் நாட்டிலிருந்து சாணைக்கல்லும் வெளிநாட்டிற்கு ஏற்றுமதியாயிருக்கலாம். மேற்குக் கடற்கரையிலிருந்து கி.பி. முதல் மற்றும் இரண்டு நூற்றாண்டுகளில் ஏற்றுமதியானவைகளில் வைரம், குருந்தம் போன்ற கற்களையும் கிரேக்க ஆசிரியர்கள் குறிப்பிட்டுள்ளனர். குருந்தக் கல்லினும் மதிப்புத் தாழ்ந்த ஒருவகைக் கல்லே காரோடமாகும்.

நன்னன் நாட்டிலிருந்து மிளகும் பிற பொருள்களும் ஏற்றுமதியாகிப் பெற்ற மிகுதியான பொன்னையே நன்னன் பதுக்கி வைத்திருந்தான்.

உண்மையும் கதையும்

நன்னன் பொன்னைக் காத்த சங்க நூற்செய்தியையே மிகப் பிற்காலத்தில் தோல் நாணயங்களைப் பாதுகாத்ததாகவும் அவைகளை நாயும் நரியும் தின்று போட்டதாகவும் மாற்றிக் கூறினர். நன்னன் பதுக்கிய பொன் நாணயங்கள் தோல் நாணயங்களாக மாறி அவைகளை நாயும் நரியும் தின்றுபோட்டன என்று கதை கட்டியிருக்கின்றனர்.

நன்னன் பொன்னைப் பாதுகாத்த செய்தியையும் வடநாட்டில் நந்தர்கள் பொன்னை நீரில் மறைத்துப் பாதுகாத்த செய்தியையும் தொடர்புபடுத்திக் கூறும் போக்கையும் வடகன்னடத்தில் கேள்விப்பட்டேன்.

நந்தவர் – நந்தர்

பண்டிதர் நாயக், நன்னன் நந்தவாரில் இருந்து வந்ததாகவும் நந்தர்களைப்போல இழிகுலத்தவனென்றும் கூறினர்.

நந்தவார் என்ற ஊர் மங்களூருக்கு அருகில் உள்ளது. இந்தச் செவிவழிச் செய்தியும் ஆராயத்தக்கது.

நந்தர்கள் மகாபதுமம் என்ற ஒரு பேரளவு சொத்தைப் பதுக்கி வைத்திருந்தனர் என்று நந்தர் வரலாறு கூறும் இச்செய்தியை அகநானூறும் கூறியுள்ளது.

'நந்தன் வெறுக்கை யெய்தினும் மற்றவண்
தங்கலர் வாழி தோழி வெல்கொடி'

(அகம். 251:5-6)

''பல்புகழ் நிறைந்த வெல்போர் நந்தர்
சீர்மிகு பாடலிக் குழீஇக் கங்கை
நீர்முதற் கரந்த நிதியங் கொல்லோ''

(அகம். 265 :4-6)

தொடர்புபடுத்துவன

நந்தர் பாடலியில் கங்கை நீரில் சேர்த்து மறைத்த நிதியம் போல நன்னனும் அவனுடைய முன்னோர்களான தொன் முதிர்வேளிரும் பொன்னைப் பாழி நீரில் சேர்த்துப் பாதுகாத்தனர்.

பிற்காலத்தில் இந்த இரு செய்திகளையும் தொடர்புபடுத்தி நந்தனுடன் நன்னனைத் தொடர்புபடுத்தினர் போலத் தெரிகின்றது.

நந்தர்களில் நவநந்தர்கள் இருந்தனர். அவர்களே நிதியம் சேர்த்தனர் என்பர். நன்னனும் அவன் மூதாதையரும் பெருநிதி சேர்த்தனர் என்று அகநானூறு கூறியுள்ளது.

நந்தர் என்ற பெயரைப்போலவே நன்னன் என்ற பெயர் நன்னன் பரம்பரைக்கே வழங்கி வருவதாகத் தெரிகின்றது.

நந்தர்களை நாவிதக் குலம் என்று செவிவழிச் செய்தி கூறும். அதுபோலவே நன்னனைத் தோலில் தொழில் செய்யும் மாதிகர் குலமென்று வடமலையாளத்தில் கூறுகின்றனர்.

ஆனால், நன்னன் முடிமன்னர்க்கு மகட்கொடை கொடுக்கும் உரிமை பெற்ற வேளிர் குலத்தினன். அதுவும் தொன்முதிர் வேளிர் குலத்தினன் என்பதைப் பிற்கால மக்கள் மறந்தனர். ஆனால், அவ்வாறு கருதினதிற்குக் காரணம் ஒன்று தெரிகின்றது.

கட்டுக்கதைகள்

நன்னன் பறம்பில் வாழ்ந்த காரோடன் மாராகிய பறம்பரைத் (பறம்பு நகரில் வாழ்ந்தோர்)தோலில் தொழில் செய்ததால் இழி குலத்தினராக ஆக்கினர். அதோடு நில்லாமல் அந்தப் பறம்புக்கு முற்காலத்தில் உரியவனாக இருந்த நன்னனையும் இழி குலத்தவனாக்கி அதற்கேற்ப நன்னன் பாதுகாத்த பொன்னைத் தோல் நாணயங்கள் என்று கதை கட்டினர்.

நன்னன் பறம்பில் வாழ்ந்த பறம்பரைக் கொண்டு தோல் நாணயங்களைச் செய்து கொண்டதாகக் கதை படைத்துக் கொண்டனர் போலும்.

இந்திய வரலாற்றில் துக்ளக் என்பவன்தான் தோல் நாணயங்களை அடித்ததாகக் கூறுவர். அவனுக்கு வெகு காலத்துக்கு முன்னரே நன்னன் தோல் நாணயம் அடித்ததாகக் கூறியது அருமையான கதையாகும்.

நாயக் கூறிய வேறு சில செய்திகளும் உண்டு.

நன்னனுடைய மனைவி நாட்டியக்காரியாம். அவனுடைய மகன் **சந்திர சயனா** என்பவன் நல்ல குணமுடையவனாம். தந்தையான நன்னனுக்கு நல்லுரை கூறிக் கொடுமையை விடச் சொன்னானாம். ஆனால், நன்னன் இந்த நல்லுரைக்குச் செவிசாய்க்கவில்லையாம்.

மன்னர் மரபினர்

கேரளத்தில் நன்னனைப் பெரிய மன்னனாகக் கருதினதற்கு வேறொரு சான்றும் உள்ளது.

முதுமக்கள் தாழிகளைப் புதைக்கும் இடுகாடுகளை இன்றும் நன்னங்காடி என்று அழைக்கின்றனர். முதுமக்கள் தாழியை நன்னங்காடிக் குடங்கள் என்றழைக்கின்றனர்.

இவ்வாறு சிறந்த அரச பரம்பரையின் பெயரால் முதுமக்கள் தாழியை பெயரிட்டழைப்பது கன்னட நாட்டிலும் பழக்கமென்று தெரிகின்றது. கன்னட நாட்டில் இதையே 'மோரியர் மனை', 'மோரியரங்காடி' என்று அழைக்கின்றனர். மோரிய அரசர்களுடன் தொடர்புபடுத்திக் கூறுவதைக் கவனிக்கலாம்.

சங்க நூல்களில் மோரியர் படையெடுப்பு பற்றிய செய்திகள் காணப்படுகின்றன.

சந்திரகுப்த மௌரியன் தன் இறுதிக் காலத்தில் கன்னட நாட்டில் தவம் புரிந்து சல்லேகனம் செய்ததாக சைன நூல்கள் கூறுகின்றன.

புதைக்கப்பட்ட இடம்

சேரமானங்காடி என்ற ஊரில் குடக்கல் பறம்பு உள்ளது. இங்குக் குடை போன்ற கல்லுக்கடியில் இறந்தவர்கள் புதைக்கப்பட்டனர்.

பதிற்றுப்பத்தில் 'மன்னர் மறைந்த தாழி வன்னி மன்றத்து விளங்கிய காடே' *(44.22-23)* என்று வரும் வரியில், சேர மன்னர்கள் தாழியில் புதைக்கப்பட்டனர் என்ற செய்தி சொல்லப்பட்டுள்ளது. இச்செய்தி சேரமானங்குடி என்ற பெயர் தோன்றிய தொடர்பைக் காட்டுகின்றது.

பெயர் பெற்ற அரச பரம்பரையோடு முதுமக்கள் தாழிகள் இருக்கும் இடுகாட்டைப் பெயரிட்டு அழைப்பது வழக்கமென்று தெரிகின்றது.

நன்னன் பெரிய அரசனாயிருந்ததால் 'நன்னங்காடி' என்று அழைக்கின்றனர் என்று தெரிகின்றது.

பேரிசை மன்னன்

மதுரைக் காஞ்சியில் பாண்டியன் தலையாலங்கானத்துச் செருவென்ற நெடுஞ்செழியனைப் பாராட்டிய மாங்குடி மருதனார், சேர மன்னனின் பிறந்தநாள் விழாவின் மகிழ்ச்சி ஆரவாரத்தைக் கூறி, அதே பாட்டில் நன்னன் பிறந்தநாளும் கொண்டாடப்பட்டதாகக் கூறியுள்ளார். நன்னனைப் பேரிசை மன்னன் *(615-619)* என்று புகழ்ந்து கூறியுள்ளார்.

ஆதலின் நன்னன் புகழ்பெற்ற மன்னனாக சங்ககாலத்திலேயே மதிக்கப்பட்டான் என்பது தெளிவாகின்றது.

வடமலையாளத்தில் நன்னனைத் தவிர; சங்க நூல்களில் கூறப்பட்டுள்ள நள்ளன் முதலிய குறுநிலத் தலைவர்களைப் பற்றியும் செவி வழிச் செய்திகள் உள்ளன.

அள்ளன் – அள்ளோன்

அகநானூறு 325-ஆம் பாடலில் **அள்ளன்** என்பவனை நாட்டைக் கொள்ளுமாறு பணித்த **அதியன்** என்பவனைப் பற்றிக் கூறப்பட்டுள்ளது.

வடமலையாளத்துத் தெய்வ ஆட்டக் கதைகளில் அள்ளோன் என்ற நாடுவழியைப் பற்றிக் காஞ்சரங்காட்டில் சொல்லப்படுகின்றது.

அள்ளோன் என்பவன் சங்கப் பாடலில் வரும் அள்ளனாக இருக்கலாம். அந்த அள்ளோன் விழ வந்தவர்களே கி.பி. 8ஆம் நூற்றாண்டுக்குப் பின்னால் இங்கு ஆண்ட ஆளுவ அரசர்கள் என்று கருதலாம்.

ஆளுவர் என்ற பெயரை ஆள்பவர்கள் என்ற பொருளில் அறிஞர்கள் கூறுகின்றனர்.

சிலப்பதிகாரத்தில் 'மாளுவர்' என்று வரும் பெயருக்கு 'பாட மாற்றமாக' 'ஆளுவர்' என்ற சொல் இருக்கலாம் என்றும், அது ஆளுவ அரசரைக் குறிப்பதாகச் சில அறிஞர்கள் கொள்வர்.

அறிஞர் ரா. இராகவையங்கார் 'திதியன் என்ற குறுநிலத்தலைவன் வாழ்ந்த அழுந்தூர் குடமலை நாட்டிலுள்ளது' என்று கூறினார்.

வெளியன் வேண்மான் ஆய் எயினன், மிஞிலியொடு செய்த போரில் புண்ணுற்றபோது அவனது மகளிர் அடைந்த துன்பத்தை அகுதை என்ற தலைவன் களைந்தான் என்று அகப்பாடல் (208) நன்கு கூறுகின்றது.

கூடல் என்னும் ஊர்கள்

இவன் வாழ்ந்த 'அகுதை கூடல்' வட மலையாளத்தில் உள்ள கடற்கரையூராகும். இது இன்று 'கூடலு' என்று அழைக்கப்படுகின்றது.

"மணநாறு மார்பின்மறப் போர் அகுதை
குண்டு நீர் வரைப்பின் கூடல்"   (புறம் 347)

என்று கூறியிருப்பதால் அகுதையின் கூடல் கடற்கரையூராகும்.

இது தமிழகத்து மதுரையாக இருக்க முடியாது.

சங்க காலத்திலேயே கூடல் என்ற ஊர்கள் சில இருந்திருக்க வேண்டும். அவற்றில் தமிழ்கெழுகூடலே மதுரையெனப்பட்டது.

வெளியன் வேண்மான் ஆய் எயினன், பாழிப் பறந்தலையில் மிஞிலியுடன் பகலில் போரிட்டுப் புண்ணுற்றபோது புள்ளொருங்கு சூழ்ந்து சிறகுகளால் நிழல் செய்தன என்று அகநானூறு (208) கூறியுள்ளது.

மற்றும் இன்னொரு அகப்பாட்டில் புள்ளிற்கு 'ஏமம்' ஆனவன் இவன் என்றும் கூறப்பட்டுள்ளது.

புள்ளூர்

ஏழில் மலைக்குச் சிறிது தொலைவில் 'புள்ளூர்' என்ற ஊர் உள்ளது. இப்பெயர் எயினனை வெயிலினின்று காத்த புள்ளின் நினைவாக வந்ததாக இருக்கலாம்.

கண்ணனூருக்கு அருகில் உள்ள **வெளியனூர்** வெளியன் வேண்மான் எயினன் இருந்த ஊராகலாம்.

பரசுராமர் ஏற்படுத்திய 64 பழைய ஊர்களில் 'வெளியன்னூரு' என்ற ஊரைக் கேரளோற்பத்தி நூல் கூறுவதைக் கவனிக்க வேண்டும்.

நற்றிணை (180) அன்னியும் பெரியனும் பொருது அழிந்தனர் என்று கூறுகின்றது.

அன்னிமிஞிலி எயினனைத் தோற்கடித்தவன். நன்னனது பாரத்தைக் கைப்பற்றினவன்.

பெரியன் என்பவனின் பெயரின் நினைவாக 'பெரியெ', 'பெரியன்' என்ற ஊர் தோன்றியிருக்கலாம். இந்த ஊர் புள்ளூருக்கு அருகில் உள்ளது.

கொண்கானம்

கொண்கானங்கிழான் என்ற வேளாளர் தலைவனைப் பற்றிப் புறநானூற்றுப் பாடல்கள் (151, 154, 155) கூறுகின்றன. இந்தக் கொண்கானங்கிழான் தென்கன்னடத்தில் வாழ்ந்த வேளாளர் தலைவனாகத் தெரிகின்றது.

பெல்லாள ராஜாக்கள் என்றவர் தென் கன்னடத்தில் சில பகுதிகளை ஆண்டனர் என்று வரலாறு கூறும் துளுவவேளாளர்

வகுப்பைச் சேர்ந்தவராக இவர் கருதப்படுவர். கொண்கானங்கிழானும் இந்த வகுப்பைச் சேர்ந்தவனாகக் கருதலாம்.

கானங்காடு

வடமலையாளத்தில் கன்னங்காடு என்று இப்போது அழைக்கப்படும் பகுதியே நன்னன் நாடான கானங்காடு ஆகும். இங்குக் கன்னங்காட்டுப் பகவதி மிகவும் முக்கியமான தெய்வமாகும்.

பகவதி வழிபாடு

கொற்றிக்கன்னங்காடு என்ற இடத்தில் இன்றும் இந்தப் பகவதி தொழப்படுகிறாள்.

ஓங்கு புகழ் கானமர் செல்வி ஏழிற் குன்றத்தில் இருந்ததாகக் கூறியுள்ளது கவனிக்கத்தக்கது.

'கானமர் நன்னன்' (அகம் 392) என்று கூறப்படுவதை நோக்கலாம்.

இன்றும் இந்தக் கானங் காட்டுப் பகுதியிலும் ஏழில் மலையருகிலும் பல கோயில்களில் வன துர்க்கை வழிபாடும் தேவி வணக்கமும் மிகவும் சிறப்புடன் நடைபெறுவதைக் காணலாம்.

கொற்றிக் கன்னங்காடு என்பதைக் கன்னங் காட்டுக் கொற்றி என்று கொள்ள வேண்டும். கானமர் செல்வியே கானங்காட்டுக் கொற்றி என்றழைக்கப்பட்டாள்.

இங்குள்ள பல தேவி கோயில்களிலும் பூசை செய்பவர்கள் மணியானி என்ற மணமாகாத பூசாரிகளாவர்.

கானமர் செல்வி

நன்னன் காலத்துக் கானமர் செல்வியே வன துர்க்கையாகவும் தேவியாகவும் மாறியதாகத் தெரிகின்றது. துளுவக் கானத்துப் பகவதியும் துளு நாட்டில் தொழப்படுகின்றாள். இங்குக் கானத்தூர் என்ற ஊரும் உள்ளது.

நன்னன் நினைவுகள் இன்றும் வட மலையாளத்தில் காண்பது வியப்புக்குரியது.

நேரில் சென்று சங்க நூல்களில் கூறப்பட்ட ஊர்களையும் இடங்களையும் ஆராய்ந்தால் வடமலையாளத்தில் இன்னும் பல அரிய நினைவுச் செய்திகள் கிடைக்கலாம்.

துணைநூல்கள்

1. 1&2 Foreign notices of South India Collected and edited by K.A. Nilakanta Sastri.
3. The Age of Nandas and Mouryas – Edited by K.A.Nilakanta Sastri. On a passage on Strabo, Onascritus is said to have represented the country of 'Mousikanos' in the most southerly part of India.
4. South Canara Gazeteer.
5. பல்லவர் செப்பேடுகள் முப்பது - தமிழ் வரலாற்றுக் கழகம்
6. பண்டைய கேரளம் - குஞ்சன் பிள்ளை
7. கோசர் - ரா. இராகவையங்கார்.